ஐந்தாவது அத்தியாயம்

கிழக்கு பதிப்பக வெளியீடுகளாக சுஜாதாவின் புத்தகங்கள்

மீண்டும் ஜீனோ
நிறமற்ற வானவில்
நில்லுங்கள் ராஜாவே
தீண்டும் இன்பம்
ஆஸ்டின் இல்லம்
அனிதாவின் காதல்கள்
நைலான் கயிறு
24 ரூபாய் தீவு
அனிதா இளம் மனைவி
கொலை அரங்கம்
கமிஷனருக்கு கடிதம்
அப்ஸரா
பாரதி இருந்த வீடு
மெரீனா
ஆர்யபட்டா
என் இனிய இயந்திரா
காயத்ரி
ப்ரியா
தங்க முடிச்சு
எதையும் ஒருமுறை
ஊஞ்சல்
ஓரிரவில் ஒரு ரயிலில்
மீண்டும் ஒரு குற்றம்
விக்ரம்
நில், கவனி, தாக்கு!
வாய்மையே சில சமயம் வெல்லும்
ஆ..!
வசந்த காலக் குற்றங்கள்
சிவந்த கைகள்
ஒரே ஒரு துரோகம்
இன்னும் ஒரு பெண்
6961
ஜோதி
மாயா
ரோஜா
ஓடாதே
மேற்கே ஒரு குற்றம்
விபரீதக் கோட்பாடு
ஐந்தாவது அத்தியாயம்
மலை மாளிகை
விடிவதற்குள் வா
மூன்று நாள் சொர்க்கம்
பத்து செகண்ட் முத்தம்
கம்ப்யூட்டர் கிராமம்
இளமையில் கொல்
மேகத்தை துரத்தியவன்
ஒரு நடுப்பகல் மரணம்
நகரம்
இதன் பெயரும் கொலை
மண்மகன்
தப்பித்தால் தப்பில்லை
விழுந்த நட்சத்திரம்
முதல் நாடகம்
ஆட்டக்காரன்
ஜன்னல் மலர்
என்றாவது ஒரு நாள்
வைரங்கள்
மேலும் ஒரு குற்றம்
சொர்க்கத் தீவு
கனவுத் தொழிற்சாலை
ஆயிரத்தில் இருவர்
பதினாலு நாட்கள்
உள்ளம் துறந்தவன்
பிரிவோம் சந்திப்போம்
கரையெல்லாம் செண்பகப்பூ
இரண்டாவது காதல் கதை
நிர்வாண நகரம்
குருபிரசாதின் கடைசி தினம்
இருள் வரும் நேரம்
திசை கண்டேன் வான் கண்டேன்
ஆழ்வார்கள் - ஓர் எளிய அறிமுகம்
தேடாதே
விருப்பமில்லாத் திருப்பங்கள்
விரும்பிச் சொன்ன பொய்கள்
கை
ஆதலினால் காதல் செய்வீர்
நூற்றாண்டின் இறுதியில் சில சிந்தனைகள்
அப்பா, அன்புள்ள அப்பா
மிஸ். தமிழ்த்தாயே, நமஸ்காரம்!
சிறு சிறுகதைகள்
வாரம் ஒரு பாசுரம்
வானத்தில் ஒரு மௌனத்தாரகை
கடவுள் வந்திருந்தார்
அனுமதி
ஓலைப் பட்டாசு
சேகர், சிங்கமய்யங்கார் பேரன்
கம்ப்யூட்டரே ஒரு கதை சொல்லு
டாக்டர் நரேந்திரனின் வினோத வழக்கு
நிஜத்தைத் தேடி
பாதி ராஜ்யம்
சில வித்தியாசங்கள்

ஐந்தாவது அத்தியாயம்

சுஜாதா

கிழக்கு

ஐந்தாவது அத்தியாயம்
Ainthavathu Athiyayam
by Sujatha
Sujatha Rangarajan ©

Kizhakku First Edition: September 2010
88 Pages
Printed in India.

ISBN: 978-81-8493-547-9
Title No. Kizhakku 545

Kizhakku Pathippagam
177/103, First Floor,
Ambal's Building, Lloyds Road,
Royapettah, Chennai 600 014.
Ph: +91-44 4200-9601

Email : support@nhm.in
Website : www.nhm.in

Cover Image : Shutterstock ©
Backcover Image : Srihari

Kizhakku Pathippagam is an imprint of New Horizon Media Private Limited

This book is sold subject to the condition that it shall not, by way of trade or otherwise, be lent, resold, hired out, or otherwise circulated without the publisher's prior written consent in any form of binding or cover other than that in which it is published and without a similar condition including this the rights under copyright reserved above, no part of this publication may be reproduced, stored in or introduced into a retrieval system, or transmitted in any form or by any means (electronic, mechanical, photocopying, recording or otherwise), without the prior written permission of both the copyright owner and the above-mentioned publisher of this book.

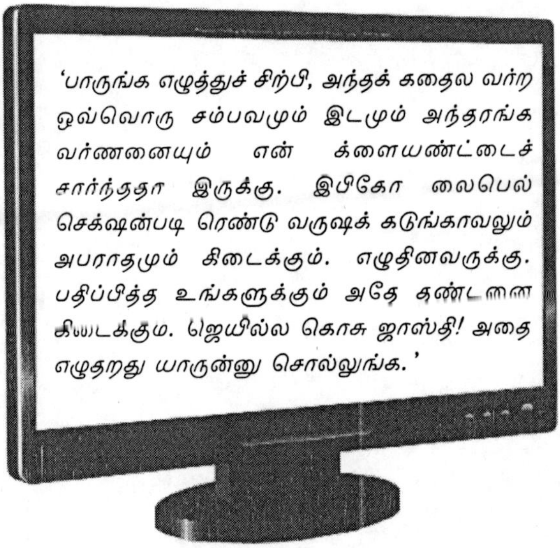

‘பாருங்க எழுத்துச் சிற்பி, அந்தக் கதைல வர்ற ஒவ்வொரு சம்பவமும் இடமும் அந்தரங்க வர்ணனையும் என் க்ளையண்ட்டைச் சார்ந்ததா இருக்கு. இபிகோ லைபெல் செக்ஷன்படி ரெண்டு வருஷக் கடுங்காவலும் அபராதமும் கிடைக்கும். எழுதினவருக்கு. பதிப்பித்த உங்களுக்கும் அதே தண்டனை கிடைக்கும். ஜெயில்ல கொசு ஜாஸ்தி! அதை எழுதறது யாருன்னு சொல்லுங்க.’

முன்னுரை

'ஐந்தாவது அத்தியாயத்'தின் முடிவு சிலருக்குப் புரியாமல் இருக்கலாம். கணேஷ் எழுதச் சொன்ன விஷயத்தை அபூர்வா, அப்படியே தயக்கமில்லாமல் எழுதினதிலேயே முடிவு பொதிந்திருப்பதை பல வாசகர்கள் உணர்ந்தார்கள்.

சுஜாதா

1.1.2001
சென்னை

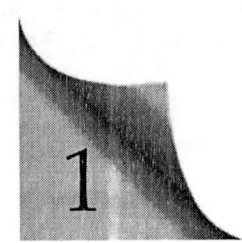

த் தபாலிலும் பதியாத தபாலிலும் வரும். சமயம் க்கும்போதெல்லாம் படிப்பான். க்யூ வரிசைகளில் நிற்கும் , பாத்ரூமில், டாக்டர் அறைகளில் காத்திருக்கும்போது, னத்தில், ரயிலில், கிரிக்கெட் மேட்ச் இடைவேளைகளில். துக்கு எப்போதுமே ஆச்சரியம்.

, இதையெல்லாம் படிக்கிறிங்களா, இல்லை படிக்கறா ரி பாவனை பண்றிங்களா?'

க்கிறன்டா....வெரி வெரி இன்ட்ரஸ்டிங்.'

ந்த் அவற்றில் ஒன்றைத் தேர்ந்தெடுத்துப் புரட்டி, 'இதுவா ட்ரஸ்டிங்? பாத்திரம் தனது தகுதிக்கும் சூழலுக்கும் ஏற்றாற் ல் இருக்கும் கோட்பாடு எல்லைகளின் விரிவு அழகியல் ந்தது மட்டுமல்ல. என்ன பாஸ் இதெல்லாம், என்ன பாஷை ?'

ழ்தாண்டா... இட்ஸ் வெரி கிளியர். அவர் சொல்றது னன்னா..'

சிக்கிறேன். ஆளை விடுங்க. எனக்குப் புரியறது இந்த ஷைதான். 'தங்கை நடிகையும் அக்கா நடிகையும் ஒரே ாரிப்பாளரைப் போய்ப் பார்க்க, அக்கா இரட்டிப்பு ர்ச்சியாக நடிக்க ஒப்புக்கொண்டாலும், தஙகையின முகத்தின் நதுரு அக்காவிடம் இல்லாததற்காக அந்தக் கோடாலி மீசை ாரிப்பாளர் சி.நடிகையை அமாவாசைக்கு அழைத்துவிட, ருவருமே டென்ஷனாகி விட்டனர்.' இது தமிழு.'

து எனக்குச் சுத்தமா புரியறதில்லை.'

துதான் பாஸ் தெஹல்கா குழப்பத்தில எப்போ எந்த எடத்தில் ந்த நாற்காலி கவிழுமோ? எந்த முதுகில் யார் குத்து ாங்களோ? பார்லிமெண்ட்ல எப்ப கூச்சல் குறையுமோ, எங்கே லநடுக்கமோன்னு அநிச்சய உலகத்தில் இந்த மாதிரி சய்திகளும் கெயிட்டி சினிமாவும்தான் நம்மைக் கரை சர்க்கும். ஆஸ்கார் வைல்டு சொன்னாப்பல எல்லாரும் நிச்சயம் யரி எழுதணும். ஆனா, மத்தவங்க டயரியை! இவங்கள்ளாம் துதான் செய்யறாங்க. பாஸ், இந்த ஜோக் கேட்டிங்களா...'

ஜோக்குன்னா வேண்டாம்.'

1

'வார்த்தைகளின் அர்த்தம் உண்மை சார்ந்தது, அவற்றின் பாதிப்பு சட்டம் சார்ந்தது'ன்னு அட்ட காசமா ஒரு ஜட்ஜ்மெண்ட் இருக்குடா' என்றான் கணேஷ்.

'தெரியும் பாஸ்... முகுந்த் வர்சஸ் கோபிநாத்னு 1945 கேஸ். அது கிடக்கட்டும், ஆபீசை மாத்தணும் பாஸ்' என்றான் வஸந்த்.

'ஏண்டா?'

'தம்புச்செட்டில போக்குவரத்து அதிகமாயிருச்சு. ஹை கோர்ட் பகுதில டிராபிக் வாராவாரம் மாறுது. ஆபீசுக்கு வர்றதுக்கே ஒரு மணி ஆய்டுது.'

'ஆபீசை மாத்தவேண்டாம். காரை மாத்தலாம்' என்றான் கணேஷ். 'சின்னதா நாய்க்குட்டி மாதிரி சான்ட்ரோ, மாட்டிஸ்னு எவ்வளவோ இருக்கே, ஏதாவது வாங்கிடேன். இல்லை, ஸ்கூட்டர் வாங்கு' என்றான்.

'பாஸ் அன்னிக்கு ஒரு நாள் இந்தமாதிரி குட்டியாகார் ஒண்ணை என்மேல ஏத்திட்டான். 'மின்னலே'ல விவேக் மாதிரி அடில மாட்டிக்கிட்டேன்.'

'அய்யோ அப்புறம்?'

'அஞ்சு நிமிஷத்துக்குள்ள காரை நகத்தலைன்னா, நான் எழுந் திருக்கப் போறேன்'னு பயமுறுத்தினப்புறம்தான் எடுத்தான்!'

'வர வர ரொம்ப ரீல் விடறடா.'

'பாஸ் எப்படியும் ஆர்.ஏ.புரத்துக்கு மாத்திடணும். அங்க ஒரு ஒட்டல்ல ஒரு அயிட்டம் சூப்பர்.'

'அதான பார்த்தேன், சாப்பாடா சரசமா?'

'ரெண்டுமே.'

அந்த வாரம் அவர்கள் கேஸ் ஒன்று ரிவிஷன் கேட்க வேண்டுமா, அப்பீலுக்குப் போக வேண்டுமா என்பதில் மும்முரமாக இருந்ததால் அலுவலகத்தை மாற்றும் யோசனையை ஒத்திப் போட்டிருந்தார்கள்.

'அப்பீலுக்கும் ரிவிஷனுக்கும் என்னடா வித்தியாசம்?'

'ஆறு வித்தியாசங்கள் பாஸ்.'

'ஒண்ணு சொல்லு.'

'கோர்ட்டுடைய சில ஆர்டருக்கும் டிக்ரிக்கும்தான் அப்பீல் உண்டு. அப்பீல் இல்லாத கேஸ்களில் தான் ரிவிஷன் கேக் கலாம்.' வஸந்தை விட்டால் அத்தனை சட்டங்களையும் ஒப்பிப்பான்.

'அப்பீலுக்கு பார்ட்டி ஒரு மெமராண்டம் எழுதிக் கொடுக்கணும். ரிவிஷனுக்கு அப்ளிகேஷன் தேவையில்லை. சுவோ மோட்டுவா எந்த கேசையும் ஹை கோர்ட்டு நோண்டலாம். அப்பீல்ங்கறது சப்ஸ்டாண்ட்டிவ்வா ஸ்டாச்சுட்ஸ்ல இருக்கிறது. ரிவிஷன் டிஸ்க்ரிஷனரி. அப்பீல்ங்கறது-'

'போதும் போதும்... ஆக, நம்ம நிஜாமுதின் கேஸ்ல ரிவிஷன் கேக்க முடியாதுங்கறியா?'

'தேவையில்லை பாஸ். ஜட்ஜ்தான் அப்பீல் பண்ணறதுக்கு அனுமதி கொடுத்திருக்காரே... பாஸ், சீனியரை மாத்திரலாம்னு பாக்கறேன். பரமேச்சுகிட்டே போயிரலாம்னு தோணுது.'

'ஏண்டா, சம்பளம் பத்தலையா?'

'இல்லை பாஸ். அவர்கிட்ட ஸ்டன்ன
இருந்தது. என்ன ஆச்சு தெரியலை.'

'அமெரிக்கா போயிருக்கும்.'

'பாஸ், வக்கீலுங்க அழகா இருக்கக்
எனக்கு எதிரா அப்பியர் ஆச்சு. சுநந்தா
புதுமுகம். அருவி மாதிரி தலைமயி
கிடையாது. எல்லா சமாசாரமும் முன்
நகம். நானோ ரெஸ் ஜுடிகேட்டாவில்
தீர்மானமாயிருச்சுன்னு கதர்றேன். நீதிய

'உன்னை கண்டம்ப்டல நிறுத்தணும்.
ஒண்ணு கேக்கணும். 'மயா' ன்னு ஒரு தப

'என்ன பாஸ் ஹைப்பர்லிங்க் மாத்தறிங்க?

'சொல்லு வருதா? மயா!'

'இருக்கு, பாத்திருக்கேன்.'

'ஒரு பிரதி வாங்கிட்டு வா.'

'உங்க பேட்டி ஏதாவது வந்திருக்கா? அது
மாட்டீங்களே...'

'வாங்கிட்டு வாயேன். அதை நீ படிக்கிறியோ

'இல்லை பாஸ்.'

வஸந்த் தமிழோ, ஆங்கிலமோ அதிகம் ப
வனல்ல. அவ்வப்போது பொம்மை பார்க்க நடு
தொடங்குவான். ஜோக்குகள் இரண்டு வரி
படிப்பான். ராசி பலன் பார்ப்பான். நடிகை
அக்கப்போர் தவறாமல் பார்த்து விட்டு தூக்கி எ
ஒரு காலத்தில் கவிதை படித்துக் கொண்டிருந்த
தொடமாட்டான். கவிதைக்கான விஷயங்கள் ப
விட்டதாக அவன் கருத்து

கணேஷ் அப்படியில்லை. அவன் பத்திரிகை டே
ஏழை தாசன், எரிமலை, நவீன விருட்சம், வள்
அவனுக்கு உலகத்தில் உள்ள அத்தனை சிறு பத்

ஐந்தாவது அத்தி

'சுத்த சைவம். இண்டர்நெட்ல பார்த்தேன். முதன் முதலா ஏவாள் ஆதாமுடைய முகத்தைப் பார்த்ததும் என்ன சொன்னா தெரியுமா?'

'என்ன?'

'ஒண்ணுமே சொல்லலை. முதல்ல முகத்தைப் பார்த்தாத்தானே!'

கணேஷ் அவன்மேல் ஸ்ரீவாத்சவாவின் 'டெட் ரிக்கவரி லாஸ்' புத்தகத்தை எறிந்தான்.

'உனக்கு விமோசனமே கிடையாதுரா!'

கணேஷ் 'மயா' பத்திரிகையை வாங்கி வரச்சொன்னது வஸந்துக்கு ஆச்சரியம் அளித்தது. 'என்ன பாஸ், பால் மாறிட்டிங்களா... நம்ம சைடு வந்துட்டிங்களா... வெகுஜனப் பத்திரிகைல வர்றதெல்லாம் ட்ராஷ்ம்பிங்க...'

'மயாவுல 'ஐந்தாவது அத்தியாயம்'னு ஒரு தொடர்கதை வருதா?'

'நான் தொடர்கதை படிக்கறதில்லை... எதுக்கு?'

'பத்திரிகையை வாங்கிட்டு வாயேன். சொல்றேன்.'

வஸந்த் தம்புச்செட்டித் தெரு மூலையில் இருந்த தன் நெருங்கிய நண்பர் கபாலியின் கடையில் தொங்கிய பத்திரிகைகளில் 'மயா'வைத் தேடினான். 'தீந்துருச்சுங்களே... 'காதல் கசக்க வில்லை' வந்திருக்கு. மாச நாவல். படிக்கிறிங்களா?'

'மயா எப்ப வந்தது? எப்பத் தீர்ந்துபோச்சு?'

'காலைல வந்ததுமே தீர்ந்துருச்சுங்களே.'

'என்னப்பா... எதாச்சும் தங்க நாணயம், வீட்டு மனை, வெட்கிரைண்டர், இலவச இணைப்பாக் கொடுக்கறாங்களா?'

'இல்லைங்க... அதில் ஒரு கதை வருதாம். அஞ்சாவதோ என்னவோ சொன்னாங்க'

'ஐந்தாவது அத்தியாயம்.'

'அ..ஆங்... வர்சொல்லவே அவ்வளவு டேஸ்ட்டாக்குதாம்... வாய்ட்டுப் போயிர்றானுங்க.'

ஐந்தாவது அத்தியாயம் ♦ 13

'அப்படி என்னய்யா அதில குஜாலு?'

'தெர்லை வாத்தியாரே... அந்த ரேஞ்சுக்கு அறிவிருந்தா, பங்க் கடல பச்சைப்பயம் விப்பனா? எனக்கு 'கன்னித்தீவு' போதும்.'

'கெய்ட்டில இன்னா ஓடுது குரு?'

'அமரக் காதலும் எய்ட்ஸ் ரகசியங்களும்.'

வஸந்த், 'அந்தப் பத்திரிகை எங்க கெடைக்கும்ங்கறே?'

'தெர்யாது துரை. தெர்கோடில பள்னி வூட்டாண்டை ஒரு கடை இருக்குது, கேட்டுப்பாரு.'

போகிறபோது, 'துரை, விசிடி வேணுமா? செம்படம் - ஒரு நாயி என்னா ஆக்ட்டு கொடுக்குதுங்கற?' என்றான்.

'வரேன்... வரேன்... முதல்ல கடமை அழைக்குது... இன்னான்னு கேட்டுட்டு வர்றேன்.'

'அப்றம் மப்பா?'

'அதெல்லாம் எப்பவோ விட்டாச்சு துரை.'

வஸந்த் மற்றொரு கடையில் கேட்கும் வழியில் வெயில் கண்ணாடி அணிந்த ஒரு பெண்ணைப் பார்த்தான். யாரிடமோ வழி விசாரித்துக்கொண்டிருந்தாள், அந்த ஏரியாவுக்குப் பொருத் தமில்லாத, வெயில் அதிகம் பார்த்திராத மேனியுடைய பெண்.

பழனி வீட்டாண்டைக் கடையிலும் 'மயா' கிடைக்கவில்லை. 'இன்னாடாது!' என்று திரும்ப ஆபீசுக்குச் சென்றபோது, வாசலில் ஒரு ஜோடி சிறிய செருப்பு கழற்றி வைக்கப் பட்டிருந்தது. உள்ளே ஒரு பெண் வரவேற்பு அறை சோபாவில் உட்கார்ந்திருந்தாள். அவள்தான்.

'இது உங்க செருப்பா?'

'ஆமா...'

'இவ்வளவு சின்ன செருப்பு பார்பி டாலுக்குத்தான் இருக்கும்னு எண்ணினேன்... ஹாய், ஐ'ம் வஸந்த்.'

அவள் கையில் 'மயா' பத்திரிகை இருந்தது.

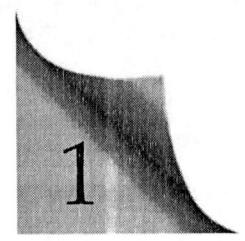

1

‘வார்த்தைகளின் அர்த்தம் உண்மை சார்ந்தது, அவற்றின் பாதிப்பு சட்டம் சார்ந்தது’ன்னு அட்டகாசமா ஒரு ஜட்ஜ்மெண்ட் இருக்குடா’ என்றான் கணேஷ்.

‘தெரியும் பாஸ்... முகுந்த் வர்சஸ் கோபிநாத்னு 1945 கேஸ். அது கிடக்கட்டும், ஆபீசை மாத்தணும் பாஸ்’ என்றான் வஸந்த்.

‘ஏண்டா?’

‘தம்புச்செட்டில போக்குவரத்து அதிகமாயிருச்சு. ஹை கோர்ட் பகுதில டிராபிக் வாராவாரம் மாறுது. ஆபீசுக்கு வர்றதுக்கே ஒரு மணி ஆய்டுது.’

‘ஆபீசை மாத்தவேண்டாம். காரை மாத்தலாம்’ என்றான் கணேஷ். ‘சின்னதா நாய்க்குட்டி மாதிரி சான்ட்ரோ, மாட்டிஸ்னு எவ்வளவோ இருக்கே, ஏதாவது வாங்கிடேன். இல்லை, ஸ்கூட்டர் வாங்கு’ என்றான்.

‘பாஸ் அன்னிக்கு ஒரு நாள் இந்தமாதிரி குட்டியா கார் ஒண்ணை என்மேல ஏத்திட்டான். ‘மின்னலே’ல விவேக் மாதிரி அடில மாட்டிக்கிட்டேன்.’

‘அய்யோ அப்புறம்?’

‘அஞ்சு நிமிஷத்துக்குள்ள காரை நகத்தலைன்னா, நான் எழுந் திருக்கப் போறேன்’னு பயமுறுத்தினப்புறம்தான் எடுத்தான்!’

‘வர வர ரொம்ப ரீல் விடறடா.’

‘பாஸ் எப்படியும் ஆர்.ஏ.புரத்துக்கு மாத்திடணும். அங்க ஒரு ஓட்டல்ல ஒரு அயிட்டம் சூப்பர்.’

‘அதான பார்த்தேன், சாப்பாடா சரசமா?’

‘ரெண்டுமே.’

அந்த வாரம் அவர்கள் கேஸ் ஒன்று ரிவிஷன் கேட்க வேண்டுமா, அப்பீலுக்குப் போக வேண்டுமா என்பதில் மும்முரமாக இருந்ததால் அலுவலகத்தை மாற்றும் யோசனையை ஒத்திப் போட்டிருந்தார்கள்.

‘அப்பீலுக்கும் ரிவிஷனுக்கும் என்னடா வித்தியாசம்?’

‘ஆறு வித்தியாசங்கள் பாஸ்.’

‘ஒண்ணு சொல்லு.’

‘கோர்ட்டுடைய சில ஆர்டருக்கும் டிக்ரிக்கும்தான் அப்பீல் உண்டு. அப்பீல் இல்லாத கேஸ்களில் தான் ரிவிஷன் கேக்கலாம்.’ வஸந்தை விட்டால் அத்தனை சட்டங்களையும் ஒப்பிப்பான்.

‘அப்பீலுக்கு பார்ட்டி ஒரு மெமராண்டம் எழுதிக் கொடுக்கணும். ரிவிஷனுக்கு அப்ளிகேஷன் தேவையில்லை. சுவோ மோட்டுவா எந்த கேசையும் ஹை கோர்ட்டு நோண்டலாம். அப்பீல்ங்கறது சப்ஸ்டாண்ட்டிவ்வா ஸ்டாச்சுட்ஸ்ல இருக்கிறது. ரிவிஷன் டிஸ்க்ரிஷனரி. அப்பீல்ங்கறது-’

‘போதும் போதும்... ஆக, நம்ம நிஜாமுதின் கேஸ்ல ரிவிஷன் கேக்க முடியாதுங்கறியா?’

‘தேவையில்லை பாஸ். ஜட்ஜ்தான் அப்பீல் பண்ணறதுக்கு அனுமதி கொடுத்திருக்காரே... பாஸ், சீனியரை மாத்திரலாம்னு பாக்கறேன். பரமேச்சுகிட்டே போயிரலாம்னு தோணுது.’

‘ஏண்டா, சம்பளம் பத்தலையா?’

10 ♦ சுஜாதா

'இல்லை பாஸ். அவர்கிட்ட ஸ்டன்னிங்கா ஒரு அசிஸ்டெண்ட் இருந்தது. என்ன ஆச்சு தெரியலை.'

'அமெரிக்கா போயிருக்கும்.'

'பாஸ், வக்கீலுங்க அழகா இருக்கக்கூடாது. அன்னிக்கு அது எனக்கு எதிரா அப்பியர் ஆச்சு. சுநந்தாவோ என்னவோ பேரு. புதுமுகம். அருவி மாதிரி தலைமயிர், பின்பக்கம்ங்கறதே கிடையாது. எல்லா சமாசாரமும் முன்பக்கம். நீளமா சிவப்பா நகம். நானோ ரெஸ் ஜுடிகேட்டாவில் இந்த கேஸ் அப்பவே தீர்மானமாயிருச்சுன்னு கதர்றேன். நீதியரசர் கவனிச்சாத்தானே!'

'உன்னை கண்டம்ப்டல நிறுத்தணும். அதைவிடு, உன்னை ஒண்ணு கேக்கணும். 'மயா' ன்னு ஒரு தமிழ் பத்திரிகை வரதா?'

'என்ன பாஸ் ஹைப்பர்லிங்க் மாத்தறிங்க?'

'சொல்லு வருதா? மயா!'

'இருக்கு, பாத்திருக்கேன்.'

'ஒரு பிரதி வாங்கிட்டு வா.'

'உங்க பேட்டி ஏதாவது வந்திருக்கா? அதுக்கெல்லாம் போக மாட்டீங்களே...'

'வாங்கிட்டு வாயேன். அதை நீ படிக்கிறியோ?'

'இல்லை பாஸ்.'

வஸந்த் தமிழோ, ஆங்கிலமோ அதிகம் பத்திரிகை படிப்ப வனல்ல. அவ்வப்போது பொம்மை பார்க்க நடுப்பக்கத்திலிருந்து தொடங்குவான். ஜோக்குகள் இரண்டு வரிக்குள் இருந்தால் படிப்பான். ராசி பலன் பார்ப்பான். நடிகைகளைப் பற்றிய அக்கப்போர் தவறாமல் பார்த்து விட்டு தூக்கி எறிந்துவிடுவான். ஒரு காலத்தில் கவிதை படித்துக் கொண்டிருந்தவன், இப்போது தொடமாட்டான். கவிதைக்கான விஷயங்கள் பரதேசம் போய் விட்டதாக அவன் கருத்து

கணேஷ் அப்படியில்லை. அவன் பத்திரிகை டேஸ்ட்டே வேறு. ஏழை தாசன், எரிமலை, நவீன விருட்சம், வள்ளுவம் இப்படி அவனுக்கு உலகத்தில் உள்ள அத்தனை சிறு பத்திரிகைகளும்

பதிவுத் தபாலிலும் பதியாத தபாலிலும் வரும். சமயம் கிடைக்கும்போதெல்லாம் படிப்பான். க்யூ வரிசைகளில் நிற்கும் போது, பாத்ரூமில், டாக்டர் அறைகளில் காத்திருக்கும்போது, விமானத்தில், ரயிலில், கிரிக்கெட் மேட்ச் இடைவேளைகளில். வஸந்துக்கு எப்போதுமே ஆச்சரியம்.

'பாஸ், இதையெல்லாம் படிக்கிறிங்களா, இல்லை படிக்கறா மாதிரி பாவனை பண்றிங்களா?'

'படிக்கிறன்டா....வெரி வெரி இன்ட்ரஸ்டிங்.'

வஸந்த் அவற்றில் ஒன்றைத் தேர்ந்தெடுத்துப் புரட்டி, 'இதுவா இன்ட்ரஸ்டிங்? பாத்திரம் தனது தகுதிக்கும் சூழலுக்கும் ஏற்றாற் போல் இருக்கும் கோட்பாடு எல்லைகளின் விரிவு அழகியல் சார்ந்தது மட்டுமல்ல. என்ன பாஸ் இதெல்லாம், என்ன பாஷை இது?'

'தமிழ்தாண்டா... இட்ஸ் வெரி கிளியர். அவர் சொல்றது என்னன்னா..'

'சேவிக்கிறேன். ஆளை விடுங்க. எனக்குப் புரியறது இந்த பாஷைதான். 'தங்கை நடிகையும் அக்கா நடிகையும் ஒரே தயாரிப்பாளரைப் போய்ப் பார்க்க, அக்கா இரட்டிப்பு கவர்ச்சியாக நடிக்க ஒப்புக்கொண்டாலும், தங்கையின் முகத்தின் துருதுரு அக்காவிடம் இல்லாததற்காக அந்தக் கோடாலி மீசை தயாரிப்பாளர் சி.நடிகையை அமாவாசைக்கு அழைத்துவிட, இருவருமே டென்ஷனாகி விட்டனர்.' இது தமிழு.'

'இது எனக்குச் சுத்தமா புரியறதில்லை.'

'இதுதான் பாஸ் தெஹல்கா குழப்பத்தில எப்போ எந்த எடத்தில் எந்த நாற்காலி கவிழுமோ? எந்த முதுகில் யார் குத்து வாங்களோ? பார்லிமெண்ட்ல எப்ப கூச்சல் குறையுமோ, எங்கே நிலநடுக்கமோன்னு அநிச்சய உலகத்தில் இந்த மாதிரி செய்திகளும் கெயிட்டி சினிமாவும்தான் நம்மைக் கரை சேர்க்கும். ஆஸ்கார் வைல்டு சொன்னாப்பல எல்லாரும் நிச்சயம் டயரி எழுதணும். ஆனா, மத்தவங்க டயரியை! இவங்கள்ளாம் அதான் செய்யறாங்க. பாஸ், இந்த ஜோக் கேட்டிங்களா...'

'ஏ ஜோக்குன்னா வேண்டாம்.'

'சுத்த சைவம். இண்டர்நெட்ல பார்த்தேன். முதன் முதலா ஏவாள் ஆதாமுடைய முகத்தைப் பார்த்ததும் என்ன சொன்னா தெரியுமா?'

'என்ன?'

'ஒண்ணுமே சொல்லலை. முதல்ல முகத்தைப் பார்த்தாத்தானே!'

கணேஷ் அவன்மேல் ஸ்ரீவாத்சவாவின் 'டெட் ரிக்கவரி லாஸ்' புத்தகத்தை எறிந்தான்.

'உனக்கு விமோசனமே கிடையாதுரா!'

கணேஷ் 'மயா' பத்திரிகையை வாங்கி வரச்சொன்னது வஸந்துக்கு ஆச்சரியம் அளித்தது. 'என்ன பாஸ், பால் மாறிட்டிங்களா... நம்ம சைடு வந்துட்டிங்களா... வெகுஜனப் பத்திரிகைல வர்றதெல்லாம் ட்ராஷ்ம்பிங்க...'

'மயாவுல 'ஐந்தாவது அத்தியாயம்'னு ஒரு தொடர்கதை வருதா?'

'நான் தொடர்கதை படிக்கறதில்லை... எதுக்கு?'

'பத்திரிகையை வாங்கிட்டு வாயேன். சொல்றேன்.'

வஸந்த் தம்புச்செட்டித் தெரு மூலையில் இருந்த தன் நெருங்கிய நண்பர் கபாலியின் கடையில் தொங்கிய பத்திரிகைகளில் 'மயா'வைத் தேடினான். 'தீந்துருச்சுங்களே... 'காதல் கசக்க வில்லை' வந்திருக்கு. மாச நாவல். படிக்கிறிங்களா?'

'மயா எப்ப வந்தது? எப்பத் தீர்ந்துபோச்சு?'

'காலைல வந்ததுமே தீர்ந்துருச்சுங்களே.'

'என்னப்பா... எதாச்சும் தங்க நாணயம், வீட்டு மனை, வெட்கிரைண்டர், இலவச இணைப்பாக் கொடுக்கறாங்களா?'

'இல்லைங்க... அதில் ஒரு கதை வருதாம். அஞ்சாவதோ என்னவோ சொன்னாங்க'

'ஐந்தாவது அத்தியாயம்.'

'அ..ஆங்... வர்சொல்லவே அவ்வளவு டேஸ்ட்டாக்குதாம்... வாய்ட்டுப் போயிர்றானுங்க.'

'அப்படி என்னய்யா அதில குஜாலு?'

'தெர்லை வாத்தியாரே... அந்த ரேஞ்சுக்கு அறிவிருந்தா, பங்க் கடல பச்சைப்பயம் விப்பனா? எனக்கு 'கன்னித்தீவு' போதும்.'

'கெய்ட்டில இன்னா ஓடுது குரு?'

'அமரக் காதலும் எய்ட்ஸ் ரகசியங்களும்.'

வஸந்த், 'அந்தப் பத்திரிகை எங்க கெடைக்கும்ங்கறே?'

'தெர்யாது துரை. தெர்கோடில பள்னி வூட்டாண்டை ஒரு கடை இருக்குது, கேட்டுப்பாரு.'

போகிறபோது, 'துரை, விசிடி வேணுமா? செம்படம் - ஒரு நாயி என்னா ஆக்ட்டு கொடுக்குதுங்கற?' என்றான்.

'வரேன்... வரேன்... முதல்ல கடமை அழைக்குது... இன்னான்னு கேட்டுட்டு வர்றேன்.'

'அப்றம் மவ்வா?'

'அதெல்லாம் எப்பவோ விட்டாச்சு துரை.'

வஸந்த் மற்றொரு கடையில் கேட்கும் வழியில் வெயில் கண்ணாடி அணிந்த ஒரு பெண்ணைப் பார்த்தான். யாரிடமோ வழி விசாரித்துக்கொண்டிருந்தாள், அந்த ஏரியாவுக்குப் பொருத்தமில்லாத, வெயில் அதிகம் பார்த்திராத மேனியுடைய பெண்.

பழனி வீட்டாண்டைக் கடையிலும் 'மயா' கிடைக்கவில்லை. 'இன்னாடாது!' என்று திரும்ப ஆபீசுக்குச் சென்றபோது, வாசலில் ஒரு ஜோடி சிறிய செருப்பு கழற்றி வைக்கப் பட்டிருந்தது. உள்ளே ஒரு பெண் வரவேற்பு அறை சோபாவில் உட்கார்ந்திருந்தாள். அவள்தான்.

'இது உங்க செருப்பா?'

'ஆமா...'

'இவ்வளவு சின்ன செருப்பு பார்பி டாலுக்குத்தான் இருக்கும்னு எண்ணினேன்... ஹாய், ஐ'ம் வஸந்த்.'

அவள் கையில் 'மயா' பத்திரிகை இருந்தது.

‘ஐம் அபூர்வா... நீங்களும் மிஸ்டர் கணேஷைப் பார்க்க வந்திங்களா?’

‘இல்லைங்க... குழா ரிப்பேர் பண்ண வந்தேன்.’

‘ஸாரி, யூ மஸ்ட் பி வஸந்த்!’

‘எப்படிக் கண்டுபிடிச்சிங்க?’

‘போட்டோ மாட்டிருக்குதே. எடக்கா பேசறிங்க...’

‘பரவாயில்லையே, அசப்பிலே ரித்திக் மாதிரி இல்லை நானு?’ என்று போட்டோவை பார்த்துக் கேட்டான்.

‘இல்லை.’

‘யு ஆர் ரைட். அவனைவிட அழகுங்கறிங்க. எனக்கு முகஸ்துதி ஆவாதுங்க.’ அவள் கையில் பத்திரிகையைப் பார்த்தான். ‘உங்களையும் இந்தப் பத்திரிகைதான் வாங்கி வரச் சொன்னாரா?’

‘இல்லை, நானே கொண்டுவந்தேன்.’

‘இதில் ஐந்தாவது அத்தியாயம்னு ஒரு தொடர்கதை வருதா?’

‘அதைப்பத்திப் பேசத்தான் வந்தேன்.’

‘என்னடாது... தமிழ் கூறும் நல்லுலகமே இதைப் பத்திதான் பேசுதா. யாரு எழுதறது?’

‘தெரியலியே?’

இதற்குள் கணேஷ் வெளியே வந்து, ‘வஸந்த் கிடைச்சுதா?’

‘இல்லை பாஸ். இவங்க கொண்டு வந்திருக்காங்க.’

‘ஓ... யூ ஆர் அபூர்வா?’

‘எஸ்... யு மஸ்ட் பி தி கிரேட் கணேஷ்!’

‘இவர்தான்! உடம்புல ஒன்றிரண்டு பாகங்களைத் தவிர மத்ததெல்லாம் மூளை!’

‘வஸந்த், சும்மாரு. வாங்க அபூர்வா உக்காரலாம். வஸந்த், பையனை அனுப்பிச்சு ரெண்டு காப்பி வாங்கி வரச்சொல்லு’

‘ரெண்டா?’

‘நீ சாப்பிட்டிருப்பியே...’

‘இதானே வேணாங்கறது... நான் ரெண்டு காப்பி சாப்ட்டா கம்பெனி திவாலாயிருமா... இதாங்க இவர்ட்ட, திடீர்னு புத்தியைக் காட்டுவாரு.’

அபூர்வா, ‘நான் காப்பி சாப்பிடறதில்லை’ என்றாள்.

‘பின்ன என்ன, செரலாக்கா!’

‘உக்காருங்க அபூர்வா, நீங்க போன்ல சொன்னது சரியாப் புரியலை. குரல்ல ஒரு அவசரம், டெஸ்பரேஷன் இருந்தது. அதைப் பார்த்தேன். ஆனா என்னவோ மயா... ஐந்தாவது அத்தியாயம்னு குழப்பமாச் சொன்னிங்க.’

‘நீங்க இன்னும் அந்தத் தொடர்கதை படிக்கலியா?’

‘எங்கே... அதைத்தான் இந்தத் ‘திருவாழத்தானைப் போய் வாங்கிவரச் சொன்னேன்.’

‘பாஸ், அது மெரினால மிளகா பஜ்ஜி மாதிரி போட்ட உடனே வித்துத் தீந்துடுதாம், கபாலி சொன்னான்.’

‘அவ்வளவு சுவாரசியமான கதையா?’

அபூர்வாவுக்கு இருபத்தைந்து வயதிருக்கும். அதில் தொண்ணூறு விழுக்காட்டை தன்னை அழகுபடுத்தியதில் செலவழித்தவள் போலத் தோன்றினாள். தலைமயிரை அந்த அளவுக்கு சில்க்க நாலைந்து பேர் கூட்டணி நாலைந்து நாள் ஒத்துழைத்திருக்க வேண்டும். சின்ன மார்பும் குட்டைக்கை ரவிக்கையும் கருஞ் சிவப்பில் ஷிபான் புடைவையும் கரிய கண்களும் வட்ட முகமும் வஸந்தின் கவனத்தைக் கலைத்தன, மனத்தைப் படுத்தின.

‘உங்களை எங்கயோ பாத்திருக்கேன். ஓ எஸ்! ஷாம்பு விளம்பரத்தில் மஞ்சளா ஜோதியா மயிரைச் சிலுப்புவிங்களே... நீங்கதானே?’

‘இல்லை.’

‘மிஸ் மைலாப்பூரா ...இல்லை போன் இன் நிகழ்ச்சில கொஞ்சிக் கொஞ்சித் தமிழ் பேசுவீங்களா? சன் டிவில பாரதி,

கட்டபொம்மன் வேஷக் குழந்தைங்களை மேய்ப்பிங்களா? இண்டர்நேஷனல் கான்ஃபரன்ஸ்ல வெள்ளைக்காரங்களுக்கு ரோஜாப்பூவும் புன்னகையும் கொடுப்பீங்களா? மாக்ஸ் முல்லர் பவன்ல முரட்டுக்கதர் அறிவு ஜீவிகளோட உரையாடுவீங்களா? யாருங்க நீங்க?'

'நீங்க சொல்றது எல்லாம் தப்பு... ஐ எம் எ ஹவுஸ் வைஃப்!'

'ஹவுஸ்வைஃபா? இவ்வளவு அழகாவா? அநியாயம்! நான் ஆடறேன். ஐ ஸ்வே!'

'ஏன் ஹவுஸ்வைஃப் அழகா இருக்கக் கூடாதா?'

'அப்படி சாஸ்திரம் இல்லைங்க... ஒரு சைக்காலஜி உண்டு. கல்யாணம் ஆனப்புறம் தோற்றத்துக்கு பெண்கள் அதிகம் கவனம் செலுத்தமாட்டார்கள்னு ஆட்லர் சொல்லிருக்காரு'

'நான் தினம் அலங்காரத்துக்கு அஞ்சு நிமிஷத்துக்கு மேல் செலவழிக்க மாட்டேன்.'

கணேஷ் குறுக்கிட்டு, 'அபூர்வாக்கு கல்யாணம் ஆயிருச்சு வஸந்த். கவனி.'

'எதுக்கு அவசரப்பட்டீங்க! சரி, இந்த ஐந்தாவது அத்தியாயம், என்னா மேட்டர்?'

'நீங்க டிவில எச்பிஓ பார்ப்பீங்களா?'

'நான் பார்க்கற ஒரே சேனல் எஃப்டிவி'

'ஒரு படம் நீங்க பாத்தே ஆகணும். பேசிக் இன்ஸ்டிங்க்ட்னு.'

'குழப்பறீங்களே... அதுக்கும் இதுக்கும் என்ன சம்பந்தம்?'

'இஃப் யூ டோண்ட் மைண்ட், இந்த முதல் அத்தியாயத்தை கொஞ்சம் படிச்சுருங்களேன். நாலு பக்கம்தான். படிச்சாத்தான் நான் வந்த விஷயம் புரியும்.'

கணேஷ் அந்தப் பத்திரிகையைப் பார்த்தான். அவுட்லுக், டைம் பத்திரிகை சைஸில் இருந்தது. அட்டையில் தமிழ் தெரியாத தமிழ் நடிகை சிரித்துக்கொண்டிருக்க, 'வாஜ்பாய் அரசு நிலைக்குமா' என்று எழுதியிருந்தது.

'ஐ நோ யு ஆர் வெரி பிஸி. தொடர்கதை இருக்கற பக்கத்தை உங்க சௌகரியத்துக்காகக் காதை மடக்கி வெச்சிருக்கேன்.'

'ஐந்தாவது அத்தியாயம்' என்று தலைப்பிட்டு முழுப் பக்கத் துக்குப் படம் போட்டிருந்தது. அதில் ஒரு பெண்ணின் கழுத்தில் முகம் மறைத்த ஒருவன் பின்னாலிருந்து கத்தி வைத்திருந்தான்.

கதையின் முதல் வரி இதுதான்.

ஐந்தாம் அத்தியாயத்துக்குள் அபூர்வா, நான் உன்னைக் கொல்லாமல் விடமாட்டேன்.

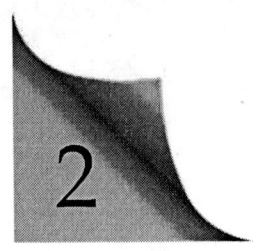

2

'புரியுது' என்றான் வஸந்த். 'உங்க பேரும் கதா நாயகி பேரும் ஒண்ணா இருக்கிறதால டென்ஷன் ஆயிட்டீங்க, ஏங்க, அபூர்வாங்கற பேரு அத்தனை அபூர்வம் இல்லைங்க.'

'பேரு மட்டும் இல்லை கணேஷ்... இந்தக் கதைல வர்ற சம்பவங்கள் எல்லாம் என் வாழ்க்கைல நடக்கிறது.'

'புரியலை...'

'என் கணவர் ஒரு பிசியான டாக்டர். ஏஜே மருத்துவ மனையில் ஒரு கார்டியாலஜிஸ்ட்டு.'

'நல்லது.'

'இதில் வர்றவர் ஆர்ஜே மருத்துவமனையில் டாக்டர். என் கணவர் பேர் ராமச்சந்தர். கதைல வர்றவர் பேரு கிருஷ்ணசந்தர். இவரும் கார்டியாலஜிஸ்ட்டு.'

'சரி, அதனால் என்ன?'

'முதல் அத்தியாயத்தில் டாக்டர் தன் மனைவியை ஒரு ரொட்டீன் செக் அப்புக்கு மருத்துவமனைக்கு அழைச்சுட்டுப் போறார்'

'சரி'

'அதே மாதிரி என் கணவர் என்னை அழைச்சுட்டுப் போனார்.'

'போய்ட்டு...'

'கதாநாயகிக்கு ஒரு ரத்தப் பரிசோதனை பண்ணாங்க.'

'பண்ணட்டும். எனக்குக் கூடத்தான் பண்ணாங்க. லிப்பிட் ப்ரொஃபைல்.'

'பரிசோதனையோட ரிசல்ட் அடுத்த வாரம் வரப்போவுது. எனக்கு பயமா இருக்கு.'

'கொஞ்சம் இருங்க' என்றான் கணேஷ். 'உக்காருங்க, வஸந்த் கூட பேசிட்டிருங்க. நான் இதைப் படிச்சுடறேன் முதல்ல.'

'செய்யுங்க பாஸ், அதுவரைக்கும் நான் அபூர்வாவைக் கொஞ்சம் மேத்தமாட்டிக்ஸ் பண்றேன். உங்க நட்சத்திரம் என்ன?'

'பூரட்டாதி'

'அதான் படுத்துது. ஏப்ரல் 29-க்கு அப்புறம் சரியாப் போய்டும். கிரக சஞ்சாரம், குரு பார்வை எல்லாம் வக்கிரம் நீங்கிடறது'

'அப்படின்னா?'

'சும்மா உட்டாலக்கடிங்க.'

'ஒரு ஜோஸ்யரும் இதையே சொன்னார்'

'தேர் யு ஆர்!'

கணேஷ் அடுத்த அறைக்குச் சென்று அந்தக் கதையின் முதல் அத்தியாயத்தைப் படித்துவிட்டு வந்தான்.

வஸந்த், 'ரொம்ப சுலபம்ங்க உங்க கேசு. கதையை எழுதறது யாரோ, அவரையே கேட்டுட்டாப் போச்சு...'

'யாரு எழுதறாங்கறது போடவே இல்லைங்க. சஸ்பென்ஸா வெச்சிருக்காங்க.'

'கண்டுபிடிச்சுரலாங்க.'

'கண்டுபிடிச்சா... பரிசு தர்றதா அறிவிச்சிருக்காங்க'

'என்ன பரிசு?'

'ஒரு லட்சம் ரூபாய்.'

'வாவ்! நோட்டு அடிக்கிறாங்களா?'

ஒரு பக்கத்தைப் பிரித்துக் காட்டினாள். பரிசு ரூபாய் 1,00,000.

> இந்தக் கதையை முழுவதும் படியுங்கள்... கடைசி அத்தியாயத்தில் ஒரு க்ளூ கொடுக்கப்படும். அதை வைத்துக் கொண்டோ, அதற்கு முன்போ இந்தக் கதையை எழுதுபவர் யார் என்று கண்டுபிடிப்பவர்களுக்கு ஒரு லட்சம் ரூபாய் பரிசு தரப்படும். ஒருவருக்கு மேல் சரியான விடை அளித்தால் பரிசுத் தொகை பகிர்ந்து அளிக்கப்படும். இந்தப் போட்டியில் ஆசிரியரின் முடிவே இறுதியானது.

கணேஷ், 'முதல் அத்தியாயத்தை முழுக்க படிச்சுட்டேண்டா.... எழுத்து நடையெல்லாம் நம்மாளை இமிடேட் பண்ணிருக்காரு. இதை யாரு எழுதியிருக்காங்கன்னு கண்டுபிடிக்கணும்.'

'கண்டுபிடிச்சா... ஒரு லட்சம் ரூபாய் பாஸ்.'

'கவனிச்சேன். அப்ப இந்த கேசுக்கு ஃபீஸ் வாங்க வேண்டாங்கற.'

'நீங்க வேற... ஆயிரம் பேருக்குப் பங்களிக்கப்பட்டு தலா நூறு ரூபா வரும்.'

'அபூர்வா! இந்தக் கதையில இருக்கற மற்ற விஷயங்களும் சம்பவங்களும் உண்மைதானா?'

'என்ன சம்பவங்கள்?'

'இதில் கதாநாயகிக்கு பெரிய சொத்து இருக்கறதாக் கதை வருதே?'

பெரிய சொத்துன்னா எத்தனைம்பிங்க?'

'ஒரு கோடி, ரெண்டு கோடி' என்றான் கணேஷ்.

'என் பேர்ல இருக்கற வீட்டை வித்தா கிரவுண்டுக்கே, இரண்டரை கோடி கிடைக்கும்.'

'அப்படியா... யார் சொன்னாங்க?'

'என் கணவர்தான்'

'அவர் எழுதுவாரா?'

'கேப்பீங்கன்னு தெரியும்! ம்ஹூம்... தமிழே தெரியாது. வெளையாட்டா கேக்கக்கூட கேட்டுட்டேன்.'

'என்னன்னு?'

'ராம் நீ எதாவது, யாரையாவது வெச்சு இங்கிலீஷ்ல எழுதி அவங்க மொழி பெயர்க்கறாங்களான்னு. கடகடன்னு சிரிச்சார்.'

'அபூர்வா. நான் கேக்கறதுக்குக் கவனமாப் பதில் சொல்லுங்க. இந்த அத்தியாயத்தில் வந்திருக்கிற கதையும் உங்க வாழ்க்கையும் ஒத்துப் போறது, தற்செயலா இருக்க வாய்ப்பு இருக்குதா?'

'இல்லைங்க.'

'எப்படிச் சொல்றீங்க?'

'இந்தப் பேராவைப் பாருங்க...

அபூர்வா தன் ரோஜா நிற நைட்கவுனில் மெல்லிய வெளிச்சத்தில் படுக்கையில் வந்து படுத்தாள். அருகே தலைகீழாகப் புத்தகம் படித்துக் கொண்டிருந்த குமார், அவள் வந்ததும் தலையை நிமிர்த்தினான்.

'என்ன செய்யறதா இருந்தாலும் விளக்கை அணைச்சுட்டுத்தான்' என்றாள்.

'அதுக்கு முன்னாடி ஒரு கேள்வி'

'என்ன?'

'உனக்கு இங்க ஒரு மச்சம் இருக்குன்னு சொல்லவே இல்லையே.... இது புதுசா?'

'மச்சம் இருக்குதா?' என்றான் வஸந்த்.

'ஆமாங்க' வெட்கத்துடன்.

'காட்டுங்க... வக்கீல்கிட்ட எந்த விஷயத்தையும் மறைக்கக் கூடாதுங்க.'

‘வஸந்த்!’

‘காட்டறேன்’ அவள் தன் புஜத்தில் ஆடையின் ஸ்லீவை விலக்கி முழங்கைக்குமேல் காட்டினாள்.

‘இதைத்தான் சொன்னார்.’

‘இவ்வளவுதானா...’ என்றான் வஸந்த் சற்று ஏமாற்றத்துடன்

‘இந்த மச்சம் இருக்கறது யாருக்கும் தெரியாது. மேலும் அவர் பெட்ரூம்ல கேட்ட கேள்வி எப்படி கதைல வருது? நைட் கவுன் கலர்?’

‘ஆபீஸ்ல எப்பவாவது ஸ்லீவ்லெஸ் போட்டுக்கிட்டு போயிருக் கலாமே. நைட் கவுன் மொத்தம் மூணு கலர்தாங்க!’

‘எங்கிட்ட ஸ்லீவ்லெஸ் கிடையாது... அது பிடிக்கவே பிடிக்காது. ஆர்ம்பிட்டைக் காட்டறது அநாகரிகம்.’

‘அப்ப உங்க கணவரோ, இந்த மச்சம் இருக்கறதை அறியக்கூடிய யாரோ எழுதணும். உங்ககூட ஒரு விளையாட்டு விளையாட றாங்களோ?’

‘என் கணவருக்கு அதுக்கெல்லாம் நேரமில்லைங்க. பிசி டாக்டர்.’

‘அவரை நாங்க சந்திக்கலாங்களா?’ என்றான் கணேஷ்.

‘தாராளமா! அதுக்கு முந்தி இதை எழுதறது யாருன்னு கண்டு பிடிச்சுட்டா, பிரச்னை தெளிவாயிடும். நான் பத்திரிகை ஆபிசுக்கு போன் செய்தபோது, ‘சாரி மேடம், அதை நாங்க இப்ப சொல்ல முடியாது. தொடர்கதை முடிஞ்சதும் அறிவிப்போம்’னாங்க.’

‘வஸந்த், இது அவதூறு, லைபெல்ல வருமா... ஒரு இன்ஜங்ஷன் வாங்கிக்கலாமா?’

‘லைபெல்னா?’

‘ஒருத்தருடைய நல்ல மதிப்பை கெடுக்கணும்ங்கற உத்தேசத் துடன் அவரைப் பத்தி மற்றபேர் அறியும்படி பேச்சால, எழுத்தால, அல்லது ஒரு பொருளால திட்டறதுதான் சட்டப்படி அவதூறு.’

‘புரியலை.’

'பாருங்க... இபிகோவில ஒரு செக்ஷன் 499ஓ என்னவோ இருக்குது. அவதூறுன்னு, அதுக்கு ஏகப்பட்ட விதிவிலக்கு இருக்கு. வஸந்த், முதல்ல எழுதறது யாருன்னு கண்டுபிடி. அப்புறம் அவதூறா, இல்லையான்னு யோசிக்கலாம்.'

'இந்தக் கதை வெளிவராம பாதில நிறுத்தமுடியாதா?'

'கஷ்டங்க. இதுவரைக்கும் நீங்க சொன்னது முழுக்க தற் செயல்ங்கிற அடிப்படையில் விளக்கம் கொடுத்துரலாம். வேணும்னா, ஒரு நோட்டீஸ் கொடுத்துப் பார்க்கலாம்.'

'அந்த மச்சம்?'

'ஏங்க, எல்லாருக்கும் எல்லா இடத்திலயும் மச்சம் இருக்கும்ங்க. என் சட்டையக் களட்டினா புள்ளிமான் மாதிரி அங்கங்கே மச்சம்' என்றான் வஸந்த்.

'வீட்டினுடைய வர்ணனைகூட அப்படியே இருக்கு கணேஷ். மீன் தொட்டி சுட்டியா, சுவத்தில் நுழையறதுக்கு முந்தி செருப்பு வைக்கற இடம், பிறைக்குள்ள பிள்ளையார் பொம்மை, லாசா அப்சோ நாய்.'

'பாருங்க அபூர்வா! இப்ப ஒருத்தர் நல்லவர். ஒரு மகான் இருக்கார். அவர் ஒரு கடிகாரத்தைத் திருடினார்னு மற்றபேர் நம்பும்படியாப் பேசினாலோ எழுதினாலோ அது அவதூறு. கற்பனைக் கதைல உண்மையான ஒரு சூழ்நிலையை வர்ணிக் கிறதில ஏதும் தப்பில்லை. அதில் உள்ள பெண் நான்தான்னு நீங்க நிரூபிக்கணும். அது கொஞ்சம் கஷ்டம். மற்றபேரும் அதை உங்க கதைன்னு நம்பறதா நிரூபிக்கணும். மேலும் உங்க மேல வசையோ, தன்மான இழப்போ ஏற்படணும். அப்பதான் அது அவதூறாகும்.'

'இப்ப நான் என்ன பண்ணணும்ங்கறிங்க?'

'முதல்ல உங்க கணவர்கிட்ட சொல்லிடுங்க. அவர் தப்பா நினைச்சுக்காம இருக்கட்டும்.'

'அவர் சிரிக்கிறார்.'

'சிரிக்கவேண்டாம். அதை உண்மைன்னு மதிக்காம இருந்தாப் போதும். நீங்க எதுக்கும் நாளைக்கு இதே சமயம் வாங்க.

கதையை எழுதறது யாருன்னு கண்டுபிடிச்சுர்றோம். அதுக்கப்புறம் மேற்கொண்டு ஆவதைப் பேசலாம்'

அவள் போனதும், 'வாட் டு யு திங்க்' என்றான் கணேஷ்.

'கேஸே இல்லை பாஸ். வெத்து! இதுவரைக்கும் லிபலெஸ்ஸா எதும் நடக்கலைன்னுதான் என் கருத்து.'

'யு ஆர் ரைட் வஸந்த். ஆனாலும் எழுதறது யாருன்னு எப்படிக் கண்டுபிடிப்பே?'

'அந்தப் பத்திரிகை ஆபீசுக்குப் போய் கொஞ்சம் கலாய்க்கறேன். அங்கேயே ஸ்டாஃப்ல யாராவது புனை பெயர்ல எழுதறதா இருக்கலாம்.'

'இதில பேரே போடலை.'

வஸந்த் அன்று மாலை நாலரை மணிக்கு மகாலிங்கபுரத்தில் இருந்த மயா அலுவலகத்துக்குப் போனான்.

பார்த்தால் பத்திரிகை அலுவலகம் என்று சொல்வது கடினம். ஐயப்பன் கோயில் தாண்டி ஒரு சந்தில் இருந்தது. போர்டு ஏதும் இல்லை. ஒரு தெருநாய் உறங்கிக்கொண்டிருந்தது. வஸந்த் வந்ததுக்கு மரியாதையாக எழுந்திருக்கக்கூட இல்லை. உள்ளே போனதும் நீளமாக ஒரு காரிடார் தெரிந்தது. மூலையில் கண்ணாடித் தடுப்பு இருந்தது. கண்ணாடிக்கு வெளியே கணினித் திரைகளில் பெண்கள் உள்ளிட்டுக் கொண்டிருந்தார்கள். அவர்களைப் பார்த்தால் சம்பளம் வாங்குபவர்களாகத் தெரியவில்லை. ஆளுக்கொரு டிபன் பாக்ஸ் கம்ப்யூட்டர் அருகே வைத்திருந்தார்கள். தரையெல்லாம் தமிழ்நாட்டின் கடி ஜோக்குகளும் ஒரு பக்கக் கதைகளும் இறைந்திருந்தன. எடிட்டரின் அறை மட்டும் ஏசி செய்யப்பட்டிருந்தது. குறுகிய ஹாலில் முப்பது பேர் உட்கார்ந்திருந்த இடத்தில் ஒரே ஒரு ஏசி வைத்து நொந்துபோய் குளிர் பதனத்தைக் கைவிட்டிருந்தது

'ஆபீஸ் பையனே டெலிபோனையும் கவனித்துக் கொண்டிருந்தான். 'யார் வேணும்?' என்றான்.

'எடிட்டரைப் பார்க்கணும்.'

'அவர் ஊர்ல இல்லைங்களே...'

'புளுகாதே, கண்ணாடிக்கு உள்ளே உக்காந்திருக்கிறவர் அவர் ரெட்டையா?'

'அவரு பொறுப்பாசிரியர்ங்க.'

'அவரைத்தான்யா பார்க்கணும்.'

'என்ன விஷயமான்னு, இந்த சீட்டில எழுதிக் கொடுத்திங்கன்னா'

வஸந்த், 'இந்துஸ்தான் லீவர்ல உங்க பத்திரிகை மூலமா அவார்டு... இளம் சினிமா நடிகைகளுக்கு கொடுக்க விரும்பறாங்க' என்று எழுதி, 'இது சம்பந்தமாப் பேசணும்'னு சொல்லுங்க.'

பொறுப்பாசிரியர் அதைப் பார்த்ததும் கதவை உடனே திறந்து வெளிவந்து வரவேற்றார். அவரைப் பார்த்தால் நெற்றியில் ஒற்றையும் பான்பராக் வாசனையுமாக வீட்டுத் தரகர் போல இருந்தார். நாற்பது வருஷமாவது எழுதிச் சளைத்த கை லேசாக நடுங்கிக்கொண்டிருந்தது. பற்கள் அநியாயத்துக்கு வரிசையாக இருந்தன. வெளிநாட்டுச் சந்தேகத்துடன் பார்த்தார்.

'நீங்க இந்துஸ்தான் லீவரா?'

'அய்யா, என் பேர் வஸந்த். நான் ஒரு வக்கீல். உங்க பத்திரிகையில் வர்ற ஐந்தாவது அத்தியாயம் தொடர்கதையை உடனடியா நிறுத்தாட்டா, இந்த அலுவலகத்தை சீல் வெச்சு மூட கோர்ட் ஆர்டர் வாங்கிட்டு வரப்போறோம்.'

'பின்ன இந்துஸ்தான லீவர் யாரு? ஏய் மணி, என்னடாது?'

'நான்தான். அந்த மேட்டரை அப்புறம் சொல்றேன். இந்தத் தொடர்கதை மேட்டரை முதல்ல கவனிங்க.'

'என்ன சார் பயமுறுத்தறிங்க. தாராளமா கோர்ட் ஆர்டரையும் கொண்டு வாங்க. அதையும் பத்திரிகைல போடறோம்.'

மேசையில் எழுதியிருந்த பெயரை வஸந்த் கவனித்தான். 'பாருங்க எழுத்துச் சிற்பி, அந்தக் கதைல வர்ற ஒவ்வொரு சம்பவமும் இடமும் அந்தரங்க வர்ணனையும் என் க்ளையண்ட்டைச் சார்ந்ததா இருக்கு. இபிகோ லைபெல் செக்ஷன்படி ரெண்டு வருஷக் கடுங்காவலும் அபராதமும் கிடைக்கும். எழுதினவருக்கு. பதிப்பித்த உங்களுக்கும் அதே தண்டனை

கிடைக்கும். ஜெயில்ல கொசு ஜாஸ்தி! அதை எழுதறது யாருன்னு சொல்லுங்க.'

'சொல்லக் கூடாதே.'

'அப்ப கோர்ட்டுல சந்திக்கலாம்.'

வஸந்த் கிளம்பியவனை வாட்ச்மேன் தடுத்து, 'மறுபடி எடிட்டர் கூப்பிடறாருங்க' என்றான்.

'மிஸ்டர் வஸந்த்! எதுக்கு வம்பு. இப்பத்தான் பத்திரிகை ஒரு கோர்ட் கேஸ்லேருந்து எழுந்து வந்திருக்கு. இந்தக் கதையை எழுதறது யாருன்னு எங்களுக்கே தெரியாது. ஈ மெயில் மூலமா இன்டர்நெட்ல ஒருத்தர் அனுப்பறார்.'

'பொய்.'

'சுந்தரம்... ஏயப்பா, அந்த ப்ரிண்ட் அவுட்டைக் கொண்டாப்பா.'

அதில், 'அன்புள்ள ஆசிரியருக்கு, உடன் இணைத்திருக்கும் கோப்பில் ஐந்தாவது அத்தியாயம் என்னும் தொடர்கதையின் முதல் அத்தியாயத்தை அனுப்பியுள்ளேன். கதை உங்களுக்குப் பிடித்திருந்தால் தொடர்ந்து எழுத விரும்புகிறேன். கதையின் இறுதியில் என் அடையாளத்தை வெளியிடுகிறேன்.'

'இதைப் பார்த்ததும் முதலாளிக்கு ஒரு யோசனை வந்தது. யார் எழுதறாங்கறதைக் கண்டுபிடிக்கறதையே போட்டியா வெச்சுர லாமேன்னுட்டு.'

வஸந்த் அந்த மெய்லின் ஹெடரைப் பார்த்தான்.

'நன்றிங்க. நான் அப்புறம் வரேன்.'

'என்னவோ... இந்துஸ்தான் லீவர்னிங்களே?'

'ஏங்க நீங்க மட்டும்தான் கதை பண்ணுவீங்களா...' என்று சொல்லி விட்டு, 'முதல்ல அந்த ஹால்ல ஏசியை ரிப்பேர் பண்ணுங்க. இல்லை... ஒண்ணு ரெண்டு ஜன்னல் திறந்து விடுங்க... அப்பாலிங் கண்டிஷன்ஸ்! வத்தலா இருக்கே, அந்தப் பொண்ணு செத்து கித்துப் போய்ரும்.'

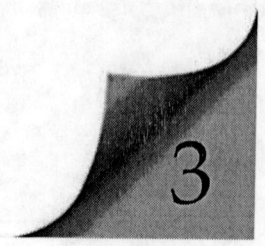

3

கிரானைட்டும் கண்ணாடியும் போட்டியிட்ட அந்த ஹைடெக் கட்டடத்துக்குள் வஸந்த் நுழைந்தான். ரிசப்ஷனில் இருந்த பெண்ணைக் கண்ணாடி வழியாகத்தான் பார்க்க முடிந்தது. டெலிபோனைப் பரிபாலித்துக்கொண்டு, கூரியர் டெலிவரி தபால்களைப் பெற்றுக்கொண்டு, கான்பரன்ஸ் அறைகளை வினியோகித்து ஓர் அஷ்டாவதானியாக சிரித்த முகத்துடன் மௌன நாடகமாக இயங்கிக் கொண்டிருந்தாள். காந்தம் தடவிய கார்டு வருடப்பட்டு உள்ளே அனுமதிக்கப்பட்டான். 'இது என்னங்க சென்னையா சியாட்டிலா!' என்று உட்கார, சோபா அவனை அரவணைத்தது. 'உங்களுக்கு ஸ்த்ரீ ரத்னான்னு ஏதாவது விருது இருந்தாக் கொடுக்கணும்ங்க.'

அவள் அந்த முகஸ்துதிக்கு மசியவில்லை. 'உங்களுக்கு யாரைப் பார்க்கணும்?'

'சுமித்ரான்னு ஒரு பெண்'

அவள் கணினித்திரையை வினவி, 'ஸாரி, அப்படி யாரும் இல்லயே.... எந்த டிப்பார்ட்மெண்ட்?'

'சாஃப்ட்வேர்ங்க.'

'இந்தக் கூட்டமே சாஃப்ட்வேர்ங்க.'

'எனக்கு பேரு சரியா நினைவில்லை. இஸ் தேர் எ சுபத்ரா - சுசீலா - சுலோசனா?'

'சுசரிதான்னு அட்மினிஸ்ட்ரேஷன்ல இருக்காங்க... இருங்க, சுபத்ராவும் இருக்காங்க, ஐஎஸ்பில.'

'ஓ, யா! அவங்களைத்தான் பார்க்கணும்!'

'உங்க பேரு?'

'வஸந்த்னு சொல்லுங்க. தெரிஞ்சிருக்கலாம்.'

அந்தப் பெண்ணின் விரல்கள் டெலிபோன் பட்டன்களைத் தொட, 'சுபத்ரா, உங்களைப் பார்க்க வஸந்த்னு ஒருத்தர் காத்திருக்கார்.'

வஸந்த், 'லெட் மி டாக் டு ஹர்' என்று போனைப் பிடுங்கி,

'ஹாய்! என் பேர் வஸந்த். உங்க பிரதர் உங்களைப் பார்க்கச் சொன்னார்.'

'பிரதரா... அவன் அமெரிக்காவிலன்னா இருக்கான்!?'

'அ அ அவர்தான். நான் இப்பதான் சான் ஹோஸேலேருந்து வரேன்.'

'என்ன விஷயம்?'

'நேராப் பார்க்க முடிஞ்சா சொல்றேன்.'

'கொஞ்சம் இருங்க.'

சற்று நேரத்தில் அந்தப் பெண் லிஃப்ட்டிலிருந்து வெளிப்பட்டு, 'வஸந்த்ங்கறது?'

'நாந்தாங்க' என்றான். 'ஹாய்'

'என்ன விஷயமா வந்திங்க... சட்டுனு சொல்லுங்க... இது ஆபீஸ் டைம்.'

அந்தப் பெண் சுடிதார் மட்டும் அணிந்து மைக்ரோசாஃப்ட் தடவிய அகலக் கண்களால் பார்த்தாள்.

'மை இட்டுப்பிங்களா... இல்லை, நேச்சுரலாவே கண்கள் இப்படியா? உங்களை ஒரு டான்ஸ்ல பார்த்த மாதிரி இருக்கு' என்றான் வஸந்த்.

அவள், 'விஷயம் என்ன சொல்லுங்க. என் கண்ணைப் பற்றி பேசறதுக்கு வேற சினேகிதங்க இருக்காங்க.'

'நாம நின்னுகிட்டே பேசலாமா?'

'ஸாரி, கான்பரன்ஸ் ரூம் காலியாருக்கா வேதா?'

'நம்பர் த்ரி' என்றாள் வேதா. முதல் பாரா ரிசப்ஷனிஸ்ட்.

அதனுள் சென்று உட்கார்ந்ததும் காப்பி ஆர்டர் செய்யாமல் வந்தது.

'நைஸ் ஆபீஸ்.'

'சொல்லுங்க'

'சுபத்ரா, உங்களைப் பார்த்ததும் வாழ்க்கைல பொய் சொல்றதை நிறுத்திரத் தீர்மானிச்சுட்டேன். எனக்கு இந்த ஈ மெய்ல் எங்கருந்து வந்ததுன்னு தெரியணும். உங்க ஐஎஸ்பிலதான் இந்த மெய்ல் அட்ரஸ் பதிவாகியிருக்கு. இதை யார் அனுப்பறாங்கன்னு தெரியணும். இது சாத்தியமா?'

அவள் அந்தக் காகிதத்தைப் பார்த்தாள்.

'முடியும். நான் ஏன் இதை உங்களுக்குச் சொல்லணும்? ஆர் யூ ஃப்ரம் தி போலீஸ்?' என்றாள்.

'இல்லை, நான் ஒரு லாயர். கணேஷ்-வஸந்த் கேள்விப்பட்டிருப்பிங்களே. எங்களை வெச்சு ஒரு டிவி சீரியல் கூட வந்ததே... மிஸ் சுபத்ரா, இதைக் கண்டுபிடிக்கிறதில எங்க கிளையண்ட் ஒருவருடைய உயிர் ஊசலாடுது.'

'புரியலை.'

'பத்து நிமிஷம் கொடுத்தா, புரிய வெச்சுருவேன். காப்பி நல்லாருக்கு. இன்னொரு காப்பி கொடுத்தா உயிர் உள்ளளவும் மறவேன்...'

'நீங்க பத்ரிக்கு நண்பர் இல்லையா?'

'பத்ரி?'

'என் பிரதர்!'

‘இல்லை. உங்க ஹைடெக் ஆபிஸ்ல வரதுக்கு வேற மார்க்கம் எனக்குத் தென்படலை. உங்களை மிஸ்லீட் பண்ணதுக்கு ஒரு டின்னர் கொடுத்துடறேன்.’

‘அதெல்லாம் வேண்டாம்.’

வஸந்த் சுருக்கமாகச் சொன்னான். அபூர்வா... முதல் அத்தியாயம் - பத்திரிகை ஆபீசில் விசாரிப்பு - ஈமெய்ல் மட்டும் கிடைத்தது.

‘இது அபூர்வாவுடைய வெறும் கற்பனையா இருக்கலாம். இருந் தாலும் அந்தப் பெண் ரொம்ப மனக் கலக்கத்திலயும் பயத்திலயும் இருக்காங்க. அதனால் யார் எழுதறான்னு தெரிஞ்சுட்டா யுத்தம் பாதி முடிஞ்சுரும்.’

அவள் அந்த மின் அஞ்சலைப் பார்த்து, அருகே இருந்த ஒரு டெர்மினலில் நளின விரல்களில் விளையாடிவிட்டு ‘ஸாரி... ஆளைக் கண்டுபிடிக்க முடியாது.’

‘ஏன்?’

‘இந்த மெய்ல் ஒரு பிரவுசிங் சென்டர்லருந்து வருகிறது.’

‘போச்சுரா... எங்கருக்கு அது?’

‘மூலைக்கு மூலை பிரவுசிங் சென்டர்ங்க. எங்களுடைய டி.நகர் சென்டர்லருந்து வருது. அதுமட்டும் சொல்ல முடியும். அதுவே நான் நியாயமா பார்த்தா சொல்லக்கூடாது. சமீபத்தில் என் ஃப்ரெண்டு ஒருத்திக்கு ஈ-மெய்ல்னால பெரிய ப்ரச்னை ஆய்டுத்து. ஆனதால, நாங்களே ஈ-மெய்ல்ல அறிமுமில்லாத வர்களுக்கு விவரங்கள் தரதைப் பத்தி ஒரு கையேடு கொண்டு வரோம். சாரி... இதுக்கு மேல தகவல் சொல்ல முடியாது.’

‘போதுங்க... அந்தாளைப் பிடிச்சுருவேன்.’

‘எப்படி? எந்த வேளையில வேணா வரலாம். அங்க நாப்பத்தாறு டெர்மினல் இருக்குது. எதிலருந்து வேணா எப்ப வேணா அனுப்பலாம்.’

‘அதெல்லாம் நான் பார்த்துக்கறேன், நீங்க பாடுவீங்களா?’

‘ஏன்?’

'குரல் ரொம்ப நல்லாருக்கே, லைட் ம்யூசிக் பாடுவிங்களா?'

'பாத் ரூம் சிங்கர்! கொஞ்சம் கவிதை எழுதுவேன்.'

'வாவ்! எனக்கு கவிதைன்னா ரொம்ப பிடிக்கும்ங்க. எங்க பாஸ்க்கு அவ்வளவா ஈடுபாடு இல்லை. உங்களுக்காக காத்திருக்கறப்ப ஒரு கவிதை தோணிச்சு.

மரங்கள் பூக்களைச்
சொரிந்துகொண்டிருந்த
ஒரு மாலையில்
திரும்பி வந்தன கனவுகள்

'நல்லா இருக்கு! நீங்க எழுதினதா?'

'அப்படித்தான் வெச்சுக்கங்களேன். குட்பை, சாவ்! விதி நம்மை மறுபடி ஒண்ணு சேர்க்கப்போவுதுன்னு பட்சி சொல்லுது.'

'இந்த மாதிரி போயம்ஸ் கொண்டுவந்தா, அது சாத்தியமாக லாம்னு பட்சிகிட்ட சொல்லுங்க.'

'உன்னை உதைக்கணும்டா!' என்றான் கணேஷ். 'கனிமொழி கவிதையை உன்னுதுன்னு பொய்சொல்லி...'

'போற போக்கில் உங்களுடைய சிறு பத்திரிகை ஒண்ணுல பாத்தேன்.'

'மாட்டிக்கப் போறே, காரியம் என்ன ஆச்சு?'

'மயா அலுவலகத்தில் போய் மிரட்டிப் பார்த்தேன். 'தாராளமாப் போடுங்க... உங்க வக்கீல் நோட்டீசையே பிரசுரிக்கிறோம். இன்னும் பத்தாயிரம் காப்பி ஏறும்'னாங்க. ஈ-மெய்ல்ல எழுத றான் அந்த ஆசாமி. ஒரு பிரவுசிங் சென்டர்லருந்து அனுப்பறான். அதுமட்டும் தெரிஞ்சது.'

'அபூர்வா மறுபடியும் என்னைப் பார்க்க வராங்க.'

'என்னவாம்?'

'இரண்டாம் அத்தியாயம் வந்திருக்காம். அதில உத்தரவாதமா ஐந்தாம் அத்தியாயத்துக்குள்ள நீ சாகப் போறன்னு பயமுறுத்தல் இருக்குதாம். அம்மா நடுங்கறாங்க.'

‘ஒரு கற்பனைக் கதைக்குப்போய் இப்படி பயப்படலாமா! எனக்கு ஆச்சரியமா இருக்குது.’

‘அவங்க கணவரை நாம் சந்திச்சே ஆகணும் வஸந்த். அவ கொஞ்சம் ஹிஸ்டரிகல் டைப்போன்னு சந்தேகமா இருக்கு.’

‘அதுக்குள்ள கதையை எழுதறது யாருன்னு கண்டுபிடிச்சுருவேன்.’

‘எப்படிரா... எல்லாமே ஹைடெக்கா இருக்கு?’

‘என் முறை ரொம்ப லோடெக். பாருங்களேன்.’

வஸந்த் ஜி.என். செட்டி ரோடில் இருந்த அந்த இண்டர்நெட் நிலையத்துக்குச் சென்றான்.

பல இளைஞர்கள் ஃப்ளோரெசெண்ட் வெளிச்சம் மட்டும் பரவிய அரை இருட்டில் கணினித் திரைகளில் கண்ணும் கருத்துமாக உலகுடன் அளவளாவிக்கொண்டிருந்தனர். ஒரு மணி நேரத்துக்கு ரூபாய் செலுத்தி, வஸந்த் ஒரு டெர்மினலில் போய் உட்கார்ந்தான். யாஹூவின் தேடியந்திரத்தின் மூலம், கிரிக்கெட் தளத்துக்குச் சென்று ஸ்கோர் பார்த்தான். அங்கிருந்த உதவியாளரை அழைத்து, ‘எனக்கு தமிழ்ல மெய்ல அனுப்பணும்’ என்றான்.

‘அனுப்பலாமே... ஏதாவது டமில் சைட் போய் ஃபாண்ட் டவுன்லோடு பண்ணிக்கங்க.’

‘அதுக்கு டயம் ஆகும். மெமரி இருக்குமா... யாராவது எறக்கி வெச்சிருக்காங்களா... எதாவது கம்ப்யூட்டர்ல...’

‘பாக்கறேன்.’

சற்றுநேரம் கழித்து, ‘அதோ, அந்தக் கோடி டெர்னில்ல டமில் ஃபாண்ட்ஸ் இருக்கு. ஒருத்தர் தினம் மத்யானம் ரெண்டு மணிக்கு வந்து டமில்ல பெரிசா எதோ டேட்டா அனுப்புவார்.’

‘அப்படியா! ரொம்ப தாங்க்ஸ்.’

‘அந்த கம்ப்யூட்டர் ஃப்ரீயானதும் பயன்படுத்தலாம். இன்னிக்கும் வந்தாலும் வருவார்.’

‘நான் வருகிறேன்’ என்று வஸந்த் வெளியே வந்தான்.

எதிரே இருந்த ஒரு துரித உணவகத்தில் ஸ்பெஷல் ட்ரை ஃப்ரூட்ஸ் ரவா தோசை சாப்பிட்டான். அடிக்கடி மணி பார்த்தான். இரண்டு மணி சுமாருக்கு மறுபடி அந்த நிலையத் துக்குத் திரும்பிப் போகிற வழியில் ஒரு மலர்க்கொத்து வாங்கிக் கொண்டான். நுழையும்போது விளம்பரத்துக்காக வைத்திருந்த காம்பாக் கம்பெனியின் வண்ணத் துண்டுப் பிரசுரத்தை எடுத்துக் கொண்டான். கடைசி டெர்மினல் காலியாக இருந்தது. அதன் அருகில் இருப்பதும் காலியாக இருந்தது.

அந்த அருகாமை டெர்மினலில் போய் உட்கார்ந்தான்.

காத்திருந்தான்.

சரியாக இரண்டு இருபதுக்கு அந்த இளைஞன் வந்தான். சட்டென்று தன் முழங்கால் பையில் இருந்த காகிதங்களை எடுத்துப் பிரித்தான். மேசை மேல் வைத்தான். திரையில் தமிழ் எழுத்துக் களை வரவழைத்தான். திறமையாக அதில் உள்ளிட ஆரம் பித்தான்.

'ஐந்தாவது அத்தியாயம் - மூன்று

Page 61 - 26.04.2001. To Press. See Copy.

> அபூர்வா இது எல்லாம் வேடிக்கை என்றுதானே எண்ணு கிறாய்? இது வேடிக்கையல்ல. வியாழக்கிழமை நிகழ்ந்ததற்கு அப்புறம் உன்னைக் கொல்லும் தீர்மானம் உறுதிப்பட்டு விட்டது. காத்திரு ஐந்தாவது அத்தியாயம் வரும் வரை.

வஸந்த், அதை ஓரக் கண்ணால் பார்த்து விட்டு அமைதியாக அந்த இடத்திலிருந்து நழுவினான். கட்டடத்துக்கு வெளியே வந்து செல்போனில், 'பாஸ் ஆளைக் கண்டுபிடிச்சுட்டேன்' என்றான்

'க்ரேட்! எப்படிரா?'

'சொன்னேனே, சுத்தமான லோடெக்! காத்திருத்தல், கண் காணித்தல், காதையும் கண்ணையும் திறந்து வைத்திருத்தல். தமிழ்ல கீபோர்டில விளையாடறார். அவசர அவசரமா அத்தியாயம் அடிக்கிறார் துரை. அப்பப்போ இங்கயும் அங்கயும் பாத்துக்கறார்.'

'வயசானவரா?'

‘இல்லை, இளைஞன்’

‘எப்படியாவது அவனை ஆபீசுக்குக் கொண்டு வந்துரு. அபூர்வா, நேர்ல ஒருமுறை அந்தாளை சந்திச்சுட்டா எல்லாம் கிளியர் ஆயிடும். ரொம்ப நெர்வஸா இருக்காங்க.’

‘டன் பாஸ் டன்!’ வஸந்த், அவன் வெளியே வருவதைக் கவனித்தான்.

அவனருகில் அணுகி, மலர்க்கொத்தைக் கொடுத்தான்.

அவன், ‘எனக்கா?’ என்றான் வியப்புடன்.

‘உங்களுக்குத்தான். உங்களுக்கு நல்ல காலம் இப்ப நீங்க இண்டர்நெட்ல பிரவுஸ் பண்ணிகிட்டிருந்திங்க இல்லை, உங்களுக்கு ஒரு பரிசு காத்திருக்கு.’

‘என்ன பரிசு?’

‘ஒரு காம்பாக் கம்ப்யூட்டர்! கை குடுங்க’

‘வாவ்! நான் செய்யவேண்டியது என்ன?’

‘என்கூட கார்ல காம்பாக் கம்பெனிக்கு வரணும்.’

‘எதுக்காக... பரிசு?’

‘நீங்கதான் இண்டர்நெட்டை திறமையா தமிழ்ல மெய்ல் அனுப்பப் பயன்படுத்தறிங்க. அதனால ஒரு குறிப்பிட்ட சமயத்தில் டெர்மினல்ல பிரவுசிங் சென்டர் விளம்பரத்துக்காக இந்த ஏற்பாடு. நீங்க டேட்டாக்வெஸ்ட் பாக்கலையா... தமிழ் இணையப் பல்கலைக்கழகமும் சேர்ந்து பரிசளிக்கிறது.’

‘தட்ஸ் கிரேட்! போலாமா... எங்க வரணும்?’

‘நீங்க என்ன என்ட்டர் பண்ணிக்கிட்டிருந்திங்க... தமிழ்ல... அதை கம்பெனில கேட்டாலும் கேப்பாங்க.’

‘அது கொஞ்சம் பர்சனலான விஷயம். சொல்லக்கூடாது?’

‘பரவாயில்லை.’

‘இப்ப எங்க வரணும்?’

வஸந்த் அவனை அணைத்தவாறு காரில் செலுத்தி கதவைச் சாத்தினான்.

கார் அண்ணா சாலையில் நுழைந்தபோது,

'காம்பாக் ஆபீஸ் ராதாகிருஷ்ணன் சாலையிலன்னா இருக்கு?'

'எங்க ஆபீஸ் தம்புச்செட்டி தெருவில் இருக்கு. அங்க போய்ட்டு காம்பாக் ஆபிஸ் போறோம்' என்றான்.

அந்த இளைஞனைப் பார்த்தால் ஓரிரு தினங்கள் குளித்தானா என்று சந்தேகம் வந்தது. தாடி போன்ற ஏதோ சமாசாரம் கன்னத்தில் புறப்பட்டிருந்தது. தலை கலைந்து, ஜீன்ஸ் பேண்ட், முரட்டுத்தனமான கட்டம் போட்ட சட்டை அணிந்திருந்தான். பையில் சிகரெட் பாக்கெட்டை எடுத்தபோது அது காலியாக இருந்ததை கசக்கி கண்ணாடியைத் திறந்து தூரப் போட்டான். கண்கள் அலைந்தன.

'உங்க பேரு கேட்டுக்கலை இல்லையே?'

'ரமேஷ். என்ன ப்ராஸ்ஸர்... பெண்டியம் த்ரீயா?'

'த்ரீயெல்லாம் பழசாயிருச்சு... ஃபோர்ங்க.'

'வாவ்!'

'நீங்க எழுத்தாளரா?'

'ஒரு மாதிரி, ஸார்ட் ஆஃப்' என்றான்.

'ஒரு மாதிரின்னா?'

'எழுத்தாளர், எழுத்தாளர் இல்லை.'

'புரியலை. பரவால்லை, கண்டுபிடிக்கலாம். நீங்க, எங்க எம்.டி. மிஸ்டர் கணேஷை முதல்ல சந்திக்கிறிங்க. அவர்கூட போட்டோ எடுத்துண்ட உடனே உங்களுக்கு கம்ப்யூட்டர் பரிசு'

'எனக்கு சந்தேகம் வருது ஸார். இஸ் திஸ் எ ஜோக் ... ஆர் சம்திங் ஃபார் விஜய் டிவி ஆர் ஜெயா டீவி?'

'சேச்சே சீரியஸ்!'

தம்புச்செட்டித் தெரு அலுவலகத்தில் அவனை அணைத்துக் கொண்டு சென்றான்.

'ஏன் சார் தள்றீங்க?'

'அன்பு!'

'பாஸ், இது ரமேஷ்சந்தர், இவர்தான் மெய்ல அனுப்பறார். ஐந்தாவது அத்தியாயம்!'

'வாங்க'

'அபூர்வா வந்தாங்களா?'

'வரச் சொல்லியிருக்கேன்'

'உக்காருங்க' என்று சொல்லிவிட்டு, வஸந்த் உள் கதவை சாத்தினான்.

'எதுக்கு கதவ சாத்தறிங்க... டூ யூ ஹேவ் எ சிகரெட்?'

'கொடுக்கறேன். முதல்ல உண்மையைச் சொல்லுங்க... ஐந்தாவது அத்தியாயம் கதையை எழுதுறவர் நீங்கதானே?'

'இல்லை, நான் எழுதலை அதை.'

'பின்?'

'அனுப்பறேன், அவ்வளவுதான்.'

வஸந்த் அவனருகில் வந்து, 'கம்ப்யூட்டர்ல உள்ளிடறிங்க... நான் என் கண்ணால பார்த்தேன். மூன்றாவது அத்தியாயம்னு.'

'முதல்ல நீங்க யாருன்னு சொல்லுங்க.'

'லாயர்ஸ்.'

'எதுக்கு கம்ப்யூட்டர் ஆசை காட்டி கொண்டுவந்திங்க?'

'கம்ப்யூட்டர் வரும்பா... எங்க கேள்விக்கு பதில் சொல்லு முதல்ல.'

'என்னடா கம்ப்யூட்டர்?'

'சார் காம்பாக் கம்பெனிலிருந்து வர்றதாகவும் எனக்கு ஒரு பிசி கிடைச்சிருக்கிறதாகவும் இவர்தான் சார் சொல்லி...'

'வஸந்த் கொஞ்சம் பொய் சொல்லுவான். பாருங்க ரமேஷ். நீங்க அனுப்பற ஐந்தாவது அத்தியாயம்ங்கற கதையால எங்க க்ளையண்ட் ரொம்ப நெர்வஸா ஆயிட்டாங்க. உங்களுக்கு அபூர்வாவைத் தெரியுமா?'

'தெரியாது. நீங்க என்ன சொல்றீங்க... புரியலையே?'

'எதுக்குய்யா அவங்க நிஜத்தைக் கதையா எழுதுறே?'

'நிஜத்தையா.... என்ன சொல்றீங்க?'

'லுக், அந்தக் கதை எழுதறல்லை?'

'எழுதலை, அனுப்பறேன்னு சொன்னேனே... எனக்கு தமிழ் டைப்பிங் தெரியும். அவ்வளவுதான்.'

தன் பையிலிருந்து கத்தைக் காகிதங்களை எடுத்துக் காட்டினான். 'இதை ஒருத்தர் வாரா வாரம் அனுப்பச் சொல்றார். அதை நான் வெப் சென்டர்ல இன்புட் பண்ணி ஃபைல் அட்டாச்மெண்டா அனுப்பறேன். 'மயா'ங்கற பத்திரிகைக்கு. அதுக்காக ஐநூறு ரூபா கொடுக்கறாங்க.'

'யாரு?'

'பேர் தெரியாது. 'பிசியா இருக்கறதால அனுப்ப நேரமில்லை. யார்கிட்டயும் சொல்லாதீங்க. லட்ச ரூபாய் பரிசுப் போட்டி'ன்னு சொன்னார். அவர் ஒரு டாக்டர்னு நினைக்கிறேன்.'

கணேஷ், வஸந்தைப் பார்த்தான். அவன் புருவத்தை உயர்த்தினான்.

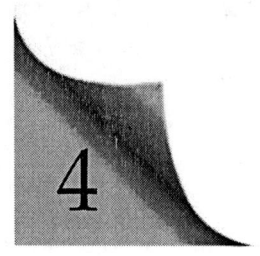

4

ரமேஷிடம் வேலையற்ற இளைஞனின் அடையாளங்கள் இருந்தன. கணேஷ், 'பணம் வேணுமா ரமேஷ்' என்றதும் கண்கள் சாஸர் போல விரிந்தன. 'யாருக்குத்தான் சார் பணம் வேண்டாம்?'

வஸந்த், 'அதுக்குத்தான் ஐநூறுக்கும் முந்நூறுக்கும் ஜாப் வொர்க் பண்ணிட்டிருக்காரு ஐயா. அப்படித்தானே?'

கணேஷ் அவனருகில் மேசை விளிம்பில் உட்கார்ந்து, 'சரியா சொல்லு ரமேஷ்.... நீ இந்தக் கதையை எழுதலை?'

'எனக்கு அந்த அளவுக்கு எழுத்துத் திறமை இருந்தா எங்கேயோ போயிருப்பேனே. தமிழ் டைப்பிங், வர்ட் ப்ராசஸர், எக்ஸெல் இந்த மாதிரி பிச்சல் பிச்சலா கத்துக்கிட்டு அன்னாடம் காய்ச்சியா அடுத்த வேளை சிகரெட் எங்கிருந்து வருதுன்னு தெரியாம அலையறேங்க. இந்த பார்ட்டிதான் வாராவாரம் ஐநூறு ரூபாய் இன்கம்னு போன்ல சொல்லிச்சு, ஒத்துக்கிட்டேன்.'

'மேட்டரை யாரு கொண்டு வந்து கொடுக்கறாங்க?'

'கூரியர்ல வருதுங்க. லாட்ஜ் விலாசம் கொடுத்தேன்.'

'பணம்?'

‘அத்தியாயத்தோட ஒரு ஐநூறு ரூபா நோட்டு இணைச்சிருக்கும். சலவை நோட்டு.’

‘லாண்ட்ரி வெச்சிருக்காரா?’

‘வஸந்த், கடிக்காதே! இதில குற்றம் இருக்கலாம்னு உங்களுக்குத் தோணலியா ரமேஷ்?’

‘தோணிச்சு. ஆனா ஐநூறு ரூபாய்க்கு சின்னக் குற்றம்தானேன்னு சமாதானமாய்ட்டேன். என்னங்க ஏதாவது ப்ராப்ளமா?’

‘நீங்க செய்யறது சின்னக் குற்றம் இல்லை. இந்தக் கதை எங்க கிளயண்ட்டு அபூர்வாவுடைய கதை. உங்கமேல மான நஷ்ட வழக்கு போடப்போறோம். பத்து லட்சம் ரூபாய் கேஷா இருக்கா உங்கிட்ட...’

‘அழுக்கு அஞ்சு ரூபா ஒண்ணு இருக்குது. பாக்கியை தவணை முறையிலதான் தரணும்’

‘காமெடியா? மவனே, உன்னை கோர்ட்ல கொண்டு நிறுத்தி அண்டர்வேர் வரைக்கும் உருவிடுவோம்!’

‘மத்தவங்க உருவியாச்சுங்க! அபூர்வா யாரு?’

‘வருவாங்க, பாத்துட்டுப் போ.’

‘பார்க்கறதில தயக்கம் இல்லையே...’ என்றான் கணேஷ்

‘இல்லவே இல்லைங்க, யாரை வேணா பார்க்கத் தயார்ங்க. நான் என்ன ஒரு ஏஜெண்ட், கருவி அவ்வளவுதானே? அடுத்த முறை அனுப்பறதில்லை. நிறுத்திர்றேன். முடிஞ்சு போச்சு, பழையபடி பேப்பர் போடேறன், இல்லை ஸ்கூட்டர்ல பீட்ஸா சப்ளை பண்றேன்.’

வாசலில் மேட்டிஸ் கார் வந்து நின்று கதவைக்கூடச் சரியாக சாத்தாமல் அபூர்வா, கணேஷை நோக்கி நேராக வந்தாள். பதட்டத்தில் இருந்தாள். ‘மயா’ பத்திரிகையின் இந்த வார இதழைக் கொண்டுவந்திருந்ததை மேசை மேல் போட்டு ‘அப்படியே... அப்படியே நாங்க வாக்குவாதம் பண்ண ஒவ்வொரு வார்த்தையும் வந்திருக்குதுங்க.’

‘ஈஸி ஈஸி நிதானம். மீட் மிஸ்டர் ரமேஷ். இவர்தான் உங்க கதையை எழுதறார்.’

‘இல்லை, அனுப்பறேன்.’

‘இவரா, பாவி மனுஷா! நான் உனக்கு என்ன துரோகம் செய்தேன்?’

‘இருங்க, இருங்க. திட்டறதுக்கு இன்னும் வேளை வரலை. இது அபூர்வா, உங்க கதையுடைய நாயகி’

‘ஸாரி மேடம். கதையை நான் எழுதலைங்க. யாரோ எழுதி அனுப்பறாங்க. நான் நெட்ல அனுப்பறேன்.’

‘அதாவது இவருக்கு மேட்டர் வருதாம். வாரா வாரம் அதை இன்டர்நெட் மூலம் பத்திரிகைக்கு அனுப்பறார். அதுவரை கண்டுபிடிச்சிருக்கோம்’

‘ஏன் சார் இப்படிப் பன்றீங்க? யார் உங்களுக்குக் கதை கொடுக்கறாங்க?’

‘பணத்தேவை. கடன் தொல்லை.’

‘யாருங்க, உங்களுக்கு இதை அனுப்பறது?’

‘அவருக்கே தெரியாதுங்கறார்.’

‘முதல்ல எப்படி அவங்க அப்ரோச் பண்ணாங்க?’

‘ஒரு நண்பர் மூலமா, வேலைக்குச் சொல்லிவச்சிருந்தேன். அவர்தான் இந்த வேலையை எடுத்துக்கறியான்னு கேட்டாரு’

‘பேரு?’

‘அவர் பேர் பரமசிவம். சென்ஸாருக்கு ஸ்க்ரிப்ட் அடிக்கிறவர்.’

‘அப்படி ஒரு வேலை இருக்கா!’

‘பாஸ், கோடம்பாக்கத்தில் நானூத்தம்பது கேட்டகரியில வேலைகள் இருக்கு.’

‘அபூர்வா, இந்த ஆளை உங்களுக்குத் தெரியுமா?’

‘நான் பாத்ததே இல்லை. எப்படிங்க? புரியவே இல்லை...’

‘சிம்பிள்ங்க! டபுள் செக்யூரிட்டி சிஸ்டம். கதையை எழுதறவரு கூரியர் கம்பெனிக்கு கொடுத்து, கூரியர் மூலம் வருது மேட்டர். அதை நெட்ல அனுப்பறார். அதுக்குப் பணம் தரார்.’

'ஏன் இவ்வளவு ஒளிவு மறைவு?'

'பரிசுத்திட்டம்னு ஒண்ணு இருக்குல்ல, குறுக்கால குழப்ப றதுக்கு?'

அபூர்வா, 'மிஸ்டர் ரமேஷ்! இதுக்கு எவ்வளவு பணம் கிடைக் குது உங்களுக்கு?'

'ஐநூறு வாங்கறார். ரொம்ப சீப்பு.'

'அய்யா, ஆயிரம் ரூபாய் தரேன். அதை நிறுத்திடுங்க.'

'நிறுத்திட்டா போதுமா?' என்றான் கணேஷ்

அவள் கண்ணிமைகள் படபடத்தன.

'காண்டாக்ட் லென்ஸ் போட்டிருக்கீங்களா' என்றான் வஸந்த்

அவள் அதை கவனிக்காமல், 'போதாது கணேஷ். இவர் இல் லாட்டா வேற ஆளை பயன்படுத்தலாம்.'

'ப்ரிசைஸ்ஸி! அதனால இவரை வெச்சுக்கிட்டே அவரை கண்டு பிடிக்கணும். அதாவது எழுதறவரை. ரமேஷ்! அடுத்த முறை கூரியர் எப்ப வரும்?'

'புதன்கிழமைன்னாங்க.'

'வர்றப்ப வஸந்த்கூட இருக்கணும்.'

'தினத்தில் எப்ப வேணா வரலாம் சார். நான் கூரியரைத் திருப்பி அனுப்பச்சுர்றேன். என்னை விட்டுருங்களேன்.'

'அழும்பு பண்ணாதிங்க. வாங்கிக்கங்க. யார் அனுப்பறதுன்னு தெரிஞ்சாகணும். இல்லை ஒரு வேலை செய்யுங்க. கூரியர்ல கையெழுத்து போடறீங்கள்ல? அவங்க ஒரு ரசீது தருவாங்க. பல்பொடி கலர்ல ஒரு காகிதத்தில். அதை வாங்கிக்கங்க. அவன் கையெழுத்து கேப்பான் பாருங்க, அதுல ஒரு சீரியல் நம்பர் இருக்கும். நோட் பண்ணிக்குங்க. பாக்கியை வஸந்த் பார்த்துப் பான். அதிலிருந்து கூரியர் கம்பெனியை வச்சு ஆளைப் புடிச் சுரலாம். ரமேஷ், உங்க அட்ரஸ் சொல்லுங்க. அப்றம் முந்தின சாப்டர்களுடைய கையெழுத்துப் பிரதி வேணும்.'

'இன்னிக்கு அனுப்பிச்சது இதோ பையிலேயே இருக்குது.'

அந்தக் காகிதங்களை வாங்கிப் பார்த்து, ‘கையெழுத்து உங்க ளுக்குப் பரிச்சயமானதா இருக்குதா அபூர்வா?’

‘இல்லைங்க.’

‘உங்க கணவர் இங்க் பேனா பயன்படுத்துவாரா?’

‘அவருக்குத் தமிழே தெரியாதுங்க.’

‘நான் அதுக்குக் கேக்கலை. உங்க கணவர் ப்ரிஸ்க்ரிப்ஷன் எழுதறப்ப இங்க் பேனா பயன்படுத்துவாரா?’

‘இல்லை பால் பாயிண்ட்தான்.’

ரமேஷ் தன் முகவரியைக் கொடுத்துவிட்டுச் சென்றதும், அபூர்வா ‘இதைப் போல ஒரு அநியாயம் இருக்க முடியாதுங்க.’

கணேஷ் அந்த அத்தியாயத்தைப் பார்த்தான்

ஐந்தாவது அத்தியாயம்- 3

> அபூர்வா, இது எல்லாம் வேடிக்கை என்றுதானே எண்ணு கிறாய்? இது வேடிக்கையல்ல. வியாழக்கிழமை நிகழ்ந்ததற்கு அப்புறம் உன்னைக் கொல்லும் தீர்மானம் உறுதிப்பட்டுவிட்டது. காத்திரு... ஐந்தாவது அத்தியாயம் வருகிறது.

‘வியாழக்கிழமை என்ன நடந்ததுங்க?’

‘எனக்கும் கணவருக்கும் பெரிய வாக்குவாதம்.’

‘எதைப் பத்தி?’

‘அவர் கிளினிக்ல டேட்டா எண்ட்ரி பண்ற ஒரு பெண்ணைப் பத்தி?’

‘ஓ... மேட்டர் இப்படிப் போவுதா? பேரு?’

‘அனாமிகா.’

‘நைஸ் நேம்.’

‘கணேஷ், என் கணவர் இதை எழுதறாரா?’

‘அவருக்குத்தான் தமிழ் தெரியாதுங்கறீங்களே?’

'யார்கிட்டயாவது சொல்லி எழுத வெக்கிறாரோ? கணேஷ் எனக்கு பயமாகவே இருக்குது.'

'வியாழக்கிழமை என்னதான் நடந்தது, சொல்லுங்க.'

'நான் சாதாரணமா கிளினிக் பக்கம் போகமாட்டேன். அன்னிக்கு வீட்டுச் சாவியை உள்ள வெச்சுப் பூட்டிட்டேன். டூப்ளிக்கேட் அவர்கிட்ட இருக்குது. அதனால கிளினிக் போனேன்.'

'கிளினிக் எங்கே?'

'பெசண்ட் நகர்ல'

'ரூம்ல விளக்கு எரிஞ்சுகிட்டிருந்தது. நான் கதவைத் தட்டாம உள்ள போனேன். கண்ணாடித் திரைக்கு பின்னாடி என் கணவர் அந்தப் பெண்ணுக்கு ஈசிஜி எடுத்துக்கிட்டிருந்தார்.'

'ஈசிஜி!'

'ஆமாம். 'என்ன சுந்தர் இது'ங்கறேன். 'அனாமிகாவுக்கு அன்ஜைனா இருக்கறதாச சொன்னா... செக் பண்றன்'னாரு.

'நான் அந்தப் பெண்ணை, 'ஆன்ஜைனான்னா என்ன அர்த்தம் தெரியுமா?'ன்னேன். அது மலங்க மலங்க விழிச்சுட்டு, 'ஏதோ பொண்ணு பேரு மாதிரி இருக்கு'ன்னது.

'அவளை சட்டையைப் போட்டுக்கச் சொல்லிட்டு வீட்டுக்குத் துரத்தினேன். அப்புறம் என் கணவரை, 'சுந்தர் எனக்கு என்ன குறை?'ன்னு கேட்டேன்.

'அபூர்வா, தப்பா நினைச்சுக்காதே, நான் செய்யறது சிகிச்சை தான். நிஜமாகவே நெஞ்சுவலி'ன்னார்.

'இப்படியா தனியாகவா? மார்ல இருக்கற சட்டையைக் களட்டிட்டா?'

'ஈசிஜி இப்படித்தான் எடுப்போம்னாரு.'

'காது குத்தாதிங்க. பெண்களுக்கு ஒரு பெண்தானே எடுப்பாங்க'ன்னேன். அவ இன்னைக்கு லீவுன்னு பொய் மேல பொய்யா அடுக்கிக்கிட்டே போனாரு. மெஷின் ஆன் பண்ணக் கூட இல்லைன்னேன். பேட்டரின்னாரு. இப்பத்தான் அணைச்சேன்னாரு. நான் அவரை மேல மேல பொய் சொல்ல விடாம,

'இந்தத் தடவை மன்னிக்கறேன். இதுதான் கடைசி'ன்னு எச்சரிக்கை செய்துட்டு 'பெனிபிட் ஆஃப் டவுட் கொடுக்கறேன். அடுத்தமுறை உன்னை விவாகரத்து பண்ணிருவேன்'னு பயமுறுத்தினேன். 'தேவையில்லாம நீ கலவரப்படறே'ன்னாரு. கடைசில, 'பாரு இந்த மாதிரி எல்லாம் எங்கிட்ட வச்சுக்காதே. விவாகரத்தாவது! சொத்தை வித்துட்டு காசைக் கொடுத்துட்டு ரத்து'ன்னாரு. அப்படியே அதிர்ச்சியில உறைஞ்சு போய்ட்டேன்.'

கணேஷ் பெருமூச்சு விட்டான். சற்று நேரம் யோசித்தான். அந்தக் கையெழுத்துப் பிரதியைப் படித்தான்.

> அபூர்வா, டாக்டர் சந்தரின் கிளினிக்கில் நுழைந்தபோது அதை அவர் சற்றும் எதிர்பார்க்கவில்லை. அவளும் அந்தக் காட்சியை எதிர்பார்க்கவில்லை.
>
> 'என்ன பண்ணிக்கிட்டிருக்கீங்க சந்தர்?'
>
> 'பூமிகாவுக்கு ஈசிஜி எடுத்துகிட்டிருக்கேன்'

கணேஷ் விசிலடித்தான். 'வெரி வெரி இண்ட்ரஸ்ட்டிங் அச்சு, இதே கதைங்க. அனாமிகா...'

'பூமிகாவா மாறிட்டாங்க. அவ்வளவுதான்!'

'டாக்டர் பேர்ல லேசான மாற்றம் ராம்சந்தர் - கிருஷ்ணசந்தர்!'

'வஸந்த் முதல்ல டாக்டர் சந்தரைப் போய் பார்க்கலாம்'

டாக்டர் சந்தரின் க்ளினிக் பெசன்ட் நகரின் அமைதியான பகுதியில் இருந்தது. வரவேற்பறையில் பழைய அவுட்லுக் இதழ்கள் அடுக்கிவைக்கப்பட்டிருந்தன். The heart of the matter என்று ஓர் இதயத்தின் படம் அலங்கரித்தது. பற்பல கம்பெனிக் காரர்களின் விளம்பர காலண்டர்கள் தொங்கின. வஸந்தும் கணேஷும்தான் சென்றிருந்தார்கள். அபூர்வா வர மறுத்து விட்டாள். வஸந்த் ரிசப்ஷனில் இருந்த பெண்ணிடம் 'எக்ஸ்க்யூஸ்மி, மிஸ் அனாமிகாவை சந்திக்கணும்' என்றான்.

'ஸாரி, என் பேரு லக்ஷ்மி. நான் இங்க புதுசு.'

'வஸந்த்!' என்று அதட்டிவிட்டு, 'நாங்க டாக்டர் சந்தரைப் பார்க்கணும்.'

‘அப்பாயிண்மெண்ட் இருக்கா?’

‘கணேஷ், லாயர்னு சொல்லுங்க.’

அந்தப் பெண் இண்டர்காமில், ‘டாக்டர்! மிஸ்டர் கணேஷ் லாயர்னு ஒருத்தர் உங்களைப் பார்க்க விரும்புறார்.’

வஸந்த், கணேஷைப் பார்த்து கண்களை உயர்த்தினான்.

அரை மணி காத்திருந்ததற்குப்பிறகு ஒரு பேஷண்ட் வெளியே வந்தார். பத்தடி நடப்பதற்குள் அவர் மூச்சு திணறியது. வயது அறுபது இருக்கும். அவரைக் கைத்தாங்கலாக அழைத்து வந்து சக்கர வண்டியில் உட்கார வைத்துவிட்டு டாக்டர் சந்தர், ‘யாருங்க கணேஷ்?’ என்றார்.

‘ஓ, நீங்களா?’ என்று உடனே அடையாளம் கண்டுகொண்டு ‘வாங்க வாங்க’ என்று உள்ளே அழைத்தார். நாற்பது வயது சொல்ல முடியாதபடி தோற்றம். தலையின் முன்பக்கத்தில் லேசான நரை தெரிந்தாலும் புன்னகையில் பதினெட்டு வயது உறைந்திருந்தது. கண்கள் பூத்துழைக்க, [illegible]மையாகச் சிரித்தார்.

‘டாக்டர், நாங்க எதுக்கு வந்திருக்கோம்னு சுருக்கமாச் சொல் லிடறோம்...’

‘அபூர்வா சொன்னா... ஏதோ கதை, ஏதோ பத்திரிகைல யாரோ எழுதறதாகவும் அது நம்ம கதை மாதிரி இருக்கறதாகவும்... அதானே, அதைப் பத்திதானே?’

‘அதேதான் டாக்டர்.’

‘அச்சா. அச்சா, இஸ் இட் ட்ரூ? நான் யாரையாவது படிச்சுக் காட்டச் சொல்லணும். எனக்குத் தமிழ் படிக்க வராது. டில்லியில் படிச்சேன். மேலும் ஐம் எ பிசி டாக்டர் . ஒரு நாளைக்கு ரெண்டு ஆன்ஜியோ பண்றேன். மேல நீங்க விவரம் சொல்றதுக்கு முன்னாடி அபூர்வாவைப் பத்தி உங்களுக்கு முழுசாத் தெரியணும்’ என்றார்.

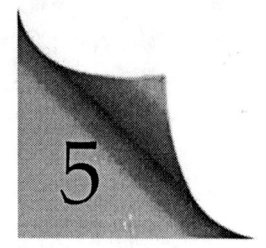

5

டாக்டர் ராம்சந்தர் தோற்றத்தில் அமைதி இருந்தது. காத்திருந்த இதய நோயாளிகளை அனுப்பி விட்டு 'அனாமிகா, நோ மோர் பேஷண்ட்ஸ்' என்றார்.

வஸந்த், அனாமிகாவை ஒரு முறை பார்த்துவிட்டு, கணேஷுடன் பார்வை பரிமாறிக்கொண்டான். 'இந்தப் பெண்ணுக்குப் போயா!' என்ற கேள்வி அதில் இருந்தது.

'உட்காருங்க. என்ன சாப்பிடறீங்க?'

'பியர் ஹார்ட்டுக்கு நல்லதா டாக்டர்!' என்றான் வஸந்த்.

'ஹார்ட்டுக்கு நல்லதோ இல்லையோ, தொப்பைக்கு நல்லதில்லை. அபூர்வா என்ன சொன்னா உங்க கிட்ட?'

'மயாங்கிற பத்திரிகையில வர்ற தொடர்கதை தன்னைப் பத்தி இருக்கறதாகவும் அதில் அவளுக்கு ஒரு கொலை மிரட்டல் இருப்பதாகவும் சொன்னா.'

'அபூர்வாவை பத்தி உங்களுக்குச் சரியா தெரியுமா?'

'அதிகம் தெரியாது டாக்டர்'

'அவ பெமினா மிஸ் மெட்ராஸ்ல நாலு வருஷம் முன்னால ரன்னர் அப்பா வந்தா. மிஸ் மாம்பலம்,

மிஸ் பட்டர்ஃப்ளை, மிஸ் கோலான்னு இந்த அழகுப் போட்டி, மாடல் பிசினஸ்ல இருந்துகிட்டு, சட்டுனு கல்யாணமானப்புறம் அந்த விளம்பரம், புகழ் வெளிச்சம், சொந்த சம்பாத்தியம் எல்லாம் நின்னு போய்டவே மத்யான 'மெகா சீரியல்' உலகத்தில் மாட்டிக்கிட்டு ஒரு வருஷம் ரொம்ப ஸல்க் பண்ணா.

'என் லைஃபே வேஸ்ட்டு, கல்யாணம் செய்திருக்கவே கூடாது' அப்படி இப்படின்னு...

'நான், இப்ப சொல்றியே லேட்டும்மா... கல்யாணம் ஆவறதுக்கு முன்னாடியே இதைத் தீர்மானிச்சிருக்கணும்'னேன். நான் செய்ததும் தப்புதான். ஹார்ட் அசோஸியேஷன் அழகுப் போட்டில ஜட்ஜா போயிருந்தேன். அவளைப் பார்த்ததுமே ஃப்ளாட் ஆயிட்டேன். புயல் வேகத்தில் காதல், மின்னல் வேகத்தில் கல்யாணம் செய்துகிட்டு வீட்ல கொண்டுவந்து அலமாரில வெச்சுட்டேன். ஃப்ரிட்ஜ், ம்யூசிக் சிஸ்டம், வாஷிங் மெஷின் மாதிரி மனைவின்னு பண்ணியாச்சு. கிளினிக்ல ஆறு மணி, சேத்பட்ல ஆறு மணின்னு, தினம் பன்னிரண்டு மணி உழைக்கிறேன். ரெண்டு மணிவரை படிக்கிறேன். ஆறு மணி நேரம் தூங்கறேன். குளிக்கணும், சாப்பிடணும். அவளுக்குன்னு கால்மணி அரைமணி கொடுத்தாப் பெரிசு. ஞாயிற்றுக்கிழமைல தான் ஒருத்தரை ஒருத்தர் முகத்தையே பார்த்துப்போம். ஒரு விதத்தில் அவமேல பாவமா இருக்குது. தேக்கடிக்கு வெக்கேஷன் போயிருந்தாக்கூட என்னை போன் துரத்துது. அதனால அவளுக்கு ரொம்ப டிப்ரெஷன் வந்து சைக்கியாட்ரிஸ்ட் கிட்டக் காட்ட வேண்டியதாயிருச்சு. டாக்டர் ரவிகுமார்கிட்ட போனதும் கொஞ்சம் இம்ப்ரூவ்மெண்ட் இருந்தது. ப்ரொஸாக் உபயத்தால முன்ன மாதிரியெல்லாம் தலைமயிரைப் பிடிச்சு உலுக்கறதில்லை. ஆனா இப்பப் புதுசா இது கிளம்பியிருக்கு. ஒரு விதமான பாரநொயா. உங்ககிட்ட என்னதான் சொல்றா?'

'தொடர்கதைல வர்றது அப்படியே உங்க லைஃப்லயும் வருதாம். அதில ஐந்தாவது அத்தியாயத்தில யாரோ கதாநாயகியை கொலை பண்ணப் போறதாகவும் அது தனக்கும் நடக்கப் போவுதோன்னும் பயப்படறாங்க.'

'நான்தான் அதை எழுதேறேங்கறாளா?'

'அப்படிச் சொல்லலை'

'யாரு எழுதறாங்க? கண்டுபிடிக்கிறது?'

'ஒரு எல்லைக்கு மேல ட்ரேஸ் பண்ண முடியலை டாக்டர். யார் எழுதறாங்கன்னு ஒரு போட்டி வேற இருக்குது. லட்ச ரூபாய் பரிசு.'

'அப்படியா? அப்ப ஒண்ணு பண்றேன். அவகூட 24 மணி நேரமும் இருக்கறதுக்கு ஒரு அத்தையோ பாட்டியோ கொண்டு வச்சுக்க ஏற்பாடு பண்றேன்.'

'வீட்ல தனியா இருக்காங்களா?'

'வேலைக்காரங்க இருக்காங்க. ராத்திரி பதினோரு மணி வரைக்கும், நான் வீட்டுக்கு போறவரைக்கும் இருப்பாங்க.'

'பதினோரு மணிக்குத்தான் வீட்டுக்குப் போவீங்களா?'

'சொன்னேனே...'

கணேஷ், 'டாக்டர்! உங்களை ஃப்ராங்க்கா ஒரு கேள்வி கேட்கலாமா? ஒருக்கால் இந்தக் கதையை நீங்க யாருக்காவது சொல்லி எழுத வெக்கறீங்களா?'

'ஏன் அப்படிக் கேக்கறீங்க கணேஷ்?'

'கதைல இருக்கற விவரங்கள் எல்லாம் உங்களுக்கும் உங்க மனைவிக்கும் தவிர வேறு யாருக்கும் தெரிய முடியாதுங் கறாங்களே!'

'என்ன விவரம்?'

'உதாரணமா, உங்க ரெண்டு பேர்க்குள்ளயும் சென்ற வியாழக் கிழமை நடந்த சண்டை.'

அவர் முகம் மாறியது.

'சொல்லிட்டாளா?'

'டாக்டர், எங்ககிட்ட எதையும் ஒளிக்காமச் சொல்லிடறது அனாவசிய சந்தேகங்களைக் கிளப்பாம இருக்கும். அனாமிகாங் கறவங்களைப் பத்தி ஒரு விஷயம் சொன்னாங்க.'

'ஈசிஜி மேட்டர்?'

'அதேதான்.'

'அது அந்தக் கதையில் வந்திருக்கா?'

'ஆமாம். 'வியாழக்கிழமை நிகழ்ந்ததுக்கப்புறம் உன்னைக் கொல்லும் தீர்மானம் உறுதிபட்டுவிட்டது' அப்படின்னு...'

'மை காட்! யாரோ உள்ள இருந்து தகவல் கொடுக்கறாங்களா?'

'நீங்க இல்லையா?'

'அபத்தமா இருக்கே... நான் எதுக்குக் கொடுக்கணும்?'

'நிச்சயமா நீங்க விவரம் எதும் கொடுக்கலை?'

'என்ன சொல்றீங்க கணேஷ்? எந்த மடையனாவது பத்திரிகைக்கு எழுதிப்போட்டுட்டு மனைவியை கொலை செய்வானா?'

'எதுக்கும் நீங்க, அந்தக் கதை மூணு சாப்டர் வந்திருக்கு. முதல்லருந்து படிச்சுருங்க.'

'யாரையாவது படிச்சுக் காட்டச் சொல்லணும். தமிழ் படிக்கத் தெரியாது.'

கணேஷ், 'ஒரு சஜெஷன்! உங்க மனைவியையே படிச்சுக் காட்டச் சொல்லுங்களேன். ரெண்டு பேருக்கும் உள்ள அன்யோன்யம் அதிகமாகும்.'

'அது கூட நல்ல யோசனைதான்.' டாக்டர் டெலிபோனை எடுத்து தன் வீட்டு நம்பரை ஒத்தினார்.

'அம்மா இல்லையா?'

'ஓ அப்படியா?'

போனை வைத்துவிட்டு, 'குளிச்சுக்கிட்டு இருக்கா. நான் நிச்சயம் நீங்க சொன்ன மாதிரியே செய்றேன். நீங்களும் அவளுக்கு தைரியம் சொல்லுங்க... தனியா இருக்க பயமா இருந்தா, என் கூட கிளினிக்ல வந்து உக்காந்திருக்கச் சொல்றேன். கதையைப் படிச்சுக் காட்டச் சொல்றேன். இந்த மாதிரி மண்டையைக் குழப்பிக்கறதை அவ நிறுத்தியே ஆகணும். கதையை எழுதறது யாருன்னு கண்டுபிடிக்கப் பாருங்க. செலவெல்லாம் ஒரு பொருட்டில்லை' என்றார்.

அவர் அறையை விட்டு விலகும்போது, 'அடுத்த வாரம் பெங்களூர்ல ஒரு கான்ஃப்ரன்ஸ் இருக்கு. கான்ஸல் பண்ண முடியாது' என்றார்.

'அபூர்வாவையும் அழைச்சுட்டு போங்களேன்.'

'தட்ஸ் எ குட் ஐடியா!'

இருவரும் கிளினிக்கை விட்டு வெளியே வரும்போது டேட்டா என்ட்ரி பண்ணிக்கொண்டிருந்த அந்தப் பெண்ணைப் பார்த்தான்.

'மிஸ் அனாமிகா?'

'எஸ்... கேன் ஐ ஹெல்ப் யூ!'

'கேன் ஐ யூஸ் யுவர் போன்' என்றான் வஸந்த்.

அவன் டயல் செய்ய, 'நீங்கள் டயல் செய்த எண் உபயோகத்தில் இல்லை' என்ற குரல் செய்தி வந்தது.

போனை வைத்துவிட்டு, 'ஒரு ஈசிஜி எடுக்கணும்' என்றான் வஸந்த். அவள் முகம் இறுகியது.

'எனக்கும் ஈசிஜிக்கும் எந்தச் சம்பந்தமும் இல்லை. நான் டேட்டா என்ட்ரி, டேட்டாபேஸ் மட்டும் பார்த்துக்கறேன் ரகுபதிங்கறவர்தான் அதெல்லாம பாத்துக்கறார்.'

'உங்களுடைய ஆன்ஜைனா எப்படி இருக்கு?'

'என்ன சொல்றீங்கன்னே புரியலை. நீங்க யாரு?'

'அபூர்வாவுடைய நண்பர்கள், லாயர்ஸ்.'

'அபூர்வா மேடம் உங்ககிட்ட என்னப் பத்தி ஏதாவது தவறாச் சொல்லியிருந்தா, அத்தனையும் பொய், அந்த மாதிரி நடக்கவே இல்லை. ப்ளீஸ், போய்டுங்க. நான் இந்த மாசத்தோட ரெசிக்னேஷன் கொடுத்துட்டேன். டாக்டரும் ஒப்புக்கிட்டாரு. போதும் எனக்குக் கெட்ட பேரு' என்றாள்.

வெளியே வந்ததும் வஸந்த், 'பாஸ் என்ன நம்பர் டயல் செய்தேன் தெரியுமா?'

'டாக்டர் வீட்டுக்கு போட்ட நம்பர். நானும் கவனிச்சேன். என்ன பதில் வந்தது?'

'நீங்கள் டயல் செய்த எண் உபயோகத்தில் இல்லை.'

கணேஷின் புருவங்கள் உயர்ந்தன.

'அந்தாளைப் பத்தி என்ன நினைக்கறீங்க?'

'வீட்டில அழகான பொண்டாட்டியை - ப்யூட்டி க்வீனை வெச்சுக் கிட்டு இந்தப் பெண்ணோட போய் டாக்டர் எப்படி சரசம் பண்ணியிருக்க முடியும்?'

'பாஸ், உங்களுக்குப் புரியாது. ப்யூட்டி இஸ் இன் தி ஐஸ் ஆஃப் தி பிஹோல்டர். அழகுங்கறது பாக்கறவங்க கண்ல இருக்கு.'

'இருந்தாலும் இந்த அனாமிகாவையும் அபூர்வாவையும் ஒப்பிட முடியுமா? மலைக்கும் மடுவுக்கும் உள்ள வித்தியாசம்!'

'சில வேளையில் மலை ஏர்றதைவிட மடுவில இறங்கறதில அபாயம் கலந்த கவர்ச்சி அதிகம் இருக்கிறதே!'

'ரெண்டுபேரும் நேர் எதிர். அவங்க நல்ல சிவப்பு. இவ நல்ல கருப்பு. உயரம் பருமன் எல்லாமே எதிர்.'

'அதேதான் காரணமா இருக்கலாம். கண்ணகி-மாதவி சிண்ட ரோம். அந்தக் காலத்திலிருந்தே இதே மேட்டர்தான் பாஸ்.'

'டாக்டரைப் பத்தி என்ன நினைக்கிறே?'

'அவர் சொன்னதில ஒண்ணு மட்டும் ஊர்ஜிதம். டாக்டர் ரொம்ப பிசி. அதனால அழகான மனைவிக்கு வீட்ல போர் அடிச்சுப் போய் கதை படிச்சு மனசுல கொஞ்சம் கற்பனை அதிகமாகி...'

'கதையை யார் எழுதறாங்கன்னு கண்டுபிடிச்சுட்டா மர்மம் விலகிடும். நாளை பூரா அதுக்கு செலவழிச்சுட்டுத்தான் அந்த அகர்வால் ப்ரீஃப் எழுதப் போறேன். பாஸ் ஒண்ணு பண் ணட்டுமா... அந்தம்மா ரொம்ப பயப்படறாங்க. அவரோ ஊருக்குப் போறார். நான் வேணா ராத்திரி துணைக்கு அவங்க வீட்டில, சோபாவில போய் படுத்துக்கட்டுமா?'

'இதானே வேண்டாங்கிறது... நாம வக்கீல், டாக்டர் இல்லை. நம் தொழில் பகல் நேரத் தொழில்.'

திருவல்லிக்கேணியில் பெரிய தெருவை யாரோ கேலிக்காகப் பெயர் இட்டிருக்கவேண்டும். அத்தனை சிறிய தெரு. இரு

திசையிலும் போக்குவரத்து. ஏராளமான சைக்கிள்கள் இரு மருங்கிலும் நிறுத்தப்பட்டு போதாக்குறைக்குத் தரையில் விரித்த காய்கறிக்கடைகள். ஒரு கார் போக மறுகார் பின்வாங்க வேண்டிய நெருக்கமுள்ள பெரிய தெரு! அதிலிருந்து பிரிந்த சந்தில் இருந்தது ரமேஷ் வசிக்கும் ராமோஜி லாட்ஜ். மாடியில் பச்சை பெயிண்ட் அடித்த பிளைவுட் பிரிவுகள். தொப்பி இல்லாமல் தொங்கும் ஒற்றை பல்பு. நெருக்கமாகப் போடப்பட்ட கட்டில் கள். ஆளாளுக்கு ஒரு அலமாரி. சென்னையின் வேலையில்லா அல்லது அடிக்கடி வேலை மாற்றும் பிரம்மசாரிகளுக்கென்று ஏற்பட்ட தங்கிடம்.

ரமேஷ் முகச்சவரம் பண்ணிக்கொண்டிருந்தான். 'வாங்க வஸந்த்! கைகுடுங்க. ஃப்ரம் அட்ரஸ் கிடைச்சிருச்சு' என்றான்.

'காமிங்க.'

'கவர்ல ரப்பர் ஸ்டாம்ப் இருந்தது. டாக்டர் ராம்சந்தர்ங்கற வருடைய கிளினிக், பெசண்ட் நகர்லருந்து வந்திருக்கு' என்றான்.

வஸந்த், அந்த கவரைப் பார்த்தான். அதில் லேசாகத்தான் டாக்டர் கிளினிக்கின் ரப்பர் ஸ்டாம்ப் முத்திரை தெரிந்தது.

'முதல்ல ஒண்ணுமே தெரியலை, அப்புறம் தீக்குச்சியை எரிச்சு தேச்சுப் பார்த்தேன். மங்கலா இருந்தது, தெளிவாயிருச்சு.'

'கவருக்குள்ள என்ன இருந்தது?'

'வழக்கம் போல அத்யாயம். அப்புறம் வழக்கம் போல ஐநூறு ரூபாய் நோட்டு ஒண்ணு. வஸந்த், என்னை விவகாரத்தில் மாட்டி விட்றாதிங்க. எனக்கு வேற வேலை கிடைக்கப் போவுது. ரெண்டாம் லெவல் இண்டர்வ்யூ ஆயிருக்கு. கேளம்பாக்கம் ஏரியாவில் ஃபைபர் ஆப்டிக் கேபிள் போடறதை சூப்பர்வைஸ் பண்ணணும். தினப்படி எத்தனை மீட்டர் ஆயிருக்குன்னு ரிப்போர்ட் பண்ணணும். மூவாயிரம் ரூபாய் சம்பளம். ஒரு பைக் அவங்களே கொடுக்கறாங்க. கிரிக்கெட் ப்ளேயர்ங்க மாதிரி மூக்கில் தடவிக்க லோஷன்கூட தர்றாங்க. ஹாட்டை மாட்டிக் கிட்டு தெருவோர டீக்கடையில உக்காந்துக்கிட்டு நாட்டாமை வேலை. இந்தச் சனியனை எப்படித் திருப்பி அனுப்பறதுன்னு யோசிச்சுட்டிருக்கறப்ப கவரை உன்னிப்பாப் பார்த்தேன். திருப்பி அனுப்பிச்சுர்றேன். நல்ல காலம். இனிமே தொடர்கதை வேற யாராவது எழுதிக்கட்டும், இதுதான் லாஸ்ட்.'

வஸந்த் அந்த அத்தியாயத்தைப் பார்த்தான். ஐந்தாவது அத்தியாயம். படித்தான். திடுக்கிட்டான். ஓடிப்போய் கணேஷுக்கு போன் செய்தான்.

'பாஸ், விஷயம் விபரீதமாய்க்கிட்டிருக்கு!'

'என்னடா?'

'அஞ்சாவது அத்தியாயம் வந்துருக்கு ரமேஷ்க்கு! அதில கதாநாயகியுடைய கணவர் டாக்டர் கிருஷ்ணசந்தர் கான்பரன்ஸுக்கு கோவாவுக்குப் போறார். ராத்திரி ஒரு உருவம் வந்து அபூர்வாவை கழுத்தை நெரிச்சுக் கொன்னுடுது! அதை எழுதிட்டு, தொடரும் போட்டுருக்கார் ஆசிரியர்.'

'கதை எங்கிருந்து வருதுன்னு ட்ரேஸ் பண்றது என்ன ஆச்சுரா?'

'அந்த விவரமும் கெடைச்சிருச்சு. டாக்டருடைய செனட் நகர் கிளினிக்கிலிருந்துதான் அனுப்பப்பட்டிருக்கு. பாஸ், எனக்கு என்னவோ அது அத்தனை கற்பனைக் கதை இல்லைன்னு தோணுது. உண்மையாகக் கூடிய எல்லா எச்சரிக்கைகளும் இருக்குது. அபூர்வா பயப்படறதில் காரணம் இருக்குது. போலீசுக்கு நாம சொல்லிடணும்னு நினைக்கிறேன்.'

'ஆபீசுக்கு வா முதல்ல.'

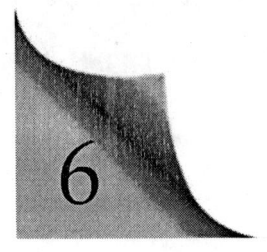

6

வஸந்த் வந்ததும், 'என்ன வஸந்த் கேஸ் முடிஞ் சுருச்சு போல இருக்கே?' என்றான் கணேஷ்

'இப்பத்தான் ஆரம்பிச்சிருக்கு பாஸ். டாக்டர் ராம்சந்தர் கிளினிக்கில இருந்துதான் கதை அனுப் பப்படுகிறது. இது நிச்சயமாயிருச்சு. யாரு அனுப்ப றாங்கன்னு கண்டுபிடிக்கணும்.'

'கிளினிக்கில் எத்தனை பேரு வேலை செய்யறாங்க?'

'கேப்பிங்க, தெரியும். ரிசப்ஷன்ல ஒரு பொண்ணு இருக்குது டேட்டா என்ட்ரிக்கு. அனாமிகா ரிசைன் பண்ணியாச்சு. ஈசிஜி அசிஸ்டண்ட் ரெண்டு பேர் இருக்காங்க. எக்கோவில ஒருத்தர். ஒரு வாட்ச் மேன். ஜிம்மினு ஒரு நாய். பாத்ரூம் கிளீன் பண்ண கொண்டம்மானு ஒரு தெலுகு லேடி. ஒரு டிரைவர். இப்படி மொத்தம் பதினைஞ்சு பேருக்குமேல இருப் பாங்கன்னு தோணுது.'

'அந்த கவரைக் காட்டு.'

கூரியரில் கதை அனுப்பப்பட்ட உறையின் மூலை யில் கிளினிக்கின் முத்திரை தெளிவாக இருந்தது.

கணேஷ், அபூர்வாவின் கணவருக்கு போன் செய்தான். 'டாக்டர், நீங்க எப்ப பெங்களூர் போறீங்க?'

'சாயங்காலம் ஜெட் ஏர்வேஸ்ல போறேன்... ஏன்?'

'ட்ரிப்பை கான்சல் பண்ணி மனைவிகூட இருக்க முடியுமா?'

'ஏன்?'

'ஐந்தாவது அத்தியாயம் தொடர்கதை மேட்டர் சீரியஸ் ஆயிட்டிருக்கு. கதையை உங்க கிளினிக்ல இருந்து யாரோ அனுப்பறதாத் தெரியுது. உங்க கிளினிக்ல எழுத்தார்வம் உள்ளவங்க யாரும் இருக்காங்களா?'

'சரியாச் சொல்லத் தெரியலையே கணேஷ்! முழுக்க விவரம் சொல்லுங்க...'

'டாக்டர். நீங்க இன்னும் அந்தக் கதையைப் படிக்கலையே...'

'இல்லை. எங்க டயம்? என்னைக் கேட்டா இதெல்லாம் நான் சென்ஸ் என்பேன். அபூர்வா இஸ் ஓவர் ரியாக்டிங்.'

'கொஞ்சம் கேளுங்க டாக்டர்... இந்த வாரம் அனுப்பப்பட்ட கதையில இருக்கற டாக்டருப் ஊரைவிட்டு வெளியே கோவா போறார். ராத்திரி அவருடைய மனைவி கொல்லப்படறாங்க. அப்டின்னு கதை போவுது.'

'அப்படியா! திஸ் இஸ் அன்பிலீவபிள்!'

'உங்க மனைவி அதைப் படிச்சா ரொம்ப பயப்படுவாங்க. அதனால் நீங்க செய்யவேண்டியது ரெண்டு காரியம். மயா பத்திரிகை செவ்வாய்கிழமை அதாவது இன்னிக்கு வருது. அதை உங்க மனைவி படிக்காமப் பாத்துக்கணும். அவங்ககூட இருக்கணும் அல்லது பெங்களூருக்கு கூட்டிட்டுப் போயிருங்க.'

'நீங்க சொல்லிப் பாருங்களேன். என் பேச்சைக் கேப்பான்னு தோணலை. சமீபத்தில் அவ நடந்துக்கற விதமே சரியில்லை.'

'அப்படியா?'

'எங்களுக்குள்ள அனாமிகா விஷயமா ஒரு பெரிய போராட்டமே நடந்துருச்சு. அதிலருந்து அவ பேசாமடந்தையா ஆயிட்டா. மௌன யுத்தம் நடக்குது.'

'எப்படியாவது இன்னொரு டிக்கெட் புக் பண்ணி அவங்களை அழைச்சுக்கிட்டுப் போறது நல்லது.'

'சரி, போன் பண்ணிக் கேக்கறேன். என்ன சொல்றா பார்க்கலாம்?'

'அப்ப உங்க போனுக்குக் காத்திருக்கவா?'

'ஆமா.'

கணேஷ் போனை வைத்தபோது வஸந்த், 'என்ன சொல்றாரு?'

'தான் சொன்னா அவள் கேக்கமாட்டங்கறாரு. அவர் பெங்களூர் போய்த்தான் ஆகணும்னா, வஸந்த், நீ போய் காவல் இருக்கறது நல்லது. ஆனா உன்னை நம்ப முடியாது. அனுதாபம்னு கொஞ்சம் எல்லை மீறிடுவே.'

'பாஸ்.. இதுதானே வேணாங்கறது... க்ளையண்டுகிட்ட எப்ப வாவது வம்பு பண்ணிருக்கனா சொல்லுங்க! ஒரு உதாரணம் சொல்லுங்க? ப்யூர் அஸ் ட்ரிவன் ஸ்நோ நானு!'

'நீ ரொம்ப நல்லவண்டா! ஆனா சமூகம் நாலும் சொல்லுமே? அதுவும் கல்யாணமான பொண்ணு'

'மெகா சீரியல் ரேஞ்சுக்கு டைலாக் விடறிங்க. சமீபத்தில் நத்தைன்னு ஒரு சீரியல் சாம்பிள் பாத்தேன். பாஸ், கன் யூ பிலீவ் இட்! அஞ்சு நிமிஷம் விளம்பரம். அஞ்சு நிமிஷம் டைட்டில் சாங். அஞ்சு நிமிஷம் ரிகாப், கதை இதுவரை. அஞ்சு நிமிஷம்... மறுபடி விளம்பரம்.. ஆச்சு ஓவர்! தமிழ் கூறும் நல்லுலகத்தின் மேல் அடிக்கப்படும் மிக விஸ்தாரமான மொட்டை, சந்தனம் தடவி!'

'இந்தில என்ன வாழுதாம்?'

'இந்திலயாவது கொஞ்சம் மச்சினிச்சி சகவாசம், அடல்ட்ரி எல்லாமே இருக்கே! இதில் எல்லாரும் நல்லவங்களா இருக்காங்க. ஒரு மாதிரி கைகால் எல்லாம் எனக்கு நடுங்க ஆரம்பிச்சுருது.'

'பாக்காதே.'

அப்போது போன் மணி அடித்தது. டாக்டர்தான். 'கணேஷ், அவளுக்கு போன் செய்து பார்த்தேன் கூட வரமாட்டாளாம். வேணும்னா நீ கான்சல் பண்ணிக்கங்கறா.'

'தொடர்கதை அத்தியாயத்தைப் பத்திச் சொல்லிட்டிங்களா?'

'மேம்பாக்காச் சொன்னேன். நீ பயப்படறதால தனியா விட்டுட்டு போகத் தயக்கமா இருக்குன்னேன். உங்களுக்கு அதுதான்

முக்கியம், போய்ட்டு வாங்கங்கறா. கணேஷ், யோசிச்சுப் பாருங்க... ஏதோ ஒரு பத்திரிகைல வர்ற கற்பனைக் கதை. அதுக்குப் போய் இத்தனை முக்கியத்துவம் கொடுத்து ஒரு இண்டர்நேஷனல் கான்பரன்ஸுக்குப் போறதை நான் கான்சல் பண்ணணுமா? சொல்லுங்க...'

'ஒரு எச்சரிக்கைதானே? நீங்க பெங்களூர் கட்டாயம் போகணும்னா நாங்க ஒருத்தர் உங்க வீட்டுக்குப் போய் துணையா இருக்கறதாத் தீர்மானிச்சிருக்கோம். உங்களுக்கு அப்ஜெக்ஷன் இருக்குமா?'

'எனக்கு இல்லை. அதை அவ விரும்புவாளா தெரியலை. கேட்டுப் பாருங்க.'

போன் பேசி முடித்தபோது மாலை நாலரை இருக்கும், கணேஷ், வஸந்திடம், 'அபூர்வாவைப் போய்ப் பாரு. முழு விஷயத்தையும் சொல்லிடு. மூணு ஆப்ஷன் கொடு. கணவனை வற்புறுத்தி கூட இருக்கச் சொல்லலாம். அல்லது இங்க வந்து ராத்திரி தங்கலாம். அப்பது நாம அங்க போய் இருக்கலாம். எப்படியும் தனியா இருக்கவேண்டாம்னு சொல்லிப்பாரு. என்ன?'

'நீங்க?'

'நான் ஒரு முறை டெண்டிஸ்டைப் பாத்துட்டு வந்துர்றேன். செல்லில் பேசு... என்ன?'

அபூர்வாவின் வீடு சி.பி.ராமசாமி ஐயர் ரோடைவிட்டு விலகிய பல சந்துகளில் ஒன்றில் இருந்தது. அமைதியான இடம். எட்டு ஃப்ளாட்கள் இருந்தன. அதிலிருந்து தள்ளி டாக்டரின் வீடு பின்னால் ஒளிந்திருந்தது. மரங்கள் சூழ்ந்து வேப்பங்காய்கள் இறைந்திருந்தன. பக்கத்து நிலத்தை டெவலப் செய்து கட்டி மிச்சமிருந்த பின்பக்கத்தில் தனிவீடு.

அபூர்வா கதவைத் திறந்தாள். ஹவுஸ்கோட் அணிந்திருந்தாள். 'வாங்க வஸந்த். இப்பத்தான் டாக்டர் போன் பண்ணார். புதுசா ஒரு குழப்பமாம்.'

'தெரியும். நாங்கதான் போன் பண்ணச் சொன்னோம்.'

'பெங்களூர் வரச் சொன்னார். நான் மறுத்துட்டேன்.'

'ஏன்?'

'ஏன்னா எனக்கு அவர் மேலேயே நம்பிக்கை போயிருச்சு.' அவள் தடுமாறுவது போலத் தெரிந்தது. கண்களில் லேசான சுழற்சி இருந்தது. 'அபூர்வா, ஆர் யூ ஆல்ரைட்? கோவிச்சுக்காதீங்க... நீங்க குடிப்பீங்களா?'

'எப்பவாவது ரெட் வைன்.'

'தனிமையாலயா?'

'இல்லை, பயத்தால.'

'என்ன பயம்? நாங்கதான் இருக்கமே. வந்துட்டனே... வேணும்னா ராத்திரி இங்க தங்குன்னுகூட பாஸ் சொன்னார். உங்களுக்கு ஆட்சேபணை இல்லாத பட்சத்தில்...'

'தட் இஸ் ஸ்வீட் வஸந்த்! ஆனா வஸந்த், நான்தான் பைத்தியமா அந்தக் கதை முழுக்கக் கற்பனை பண்ணிக்கிறேனோ?'

'அபூர்வா, அதைக் கற்பனைன்னு ஒதுக்க முடியலை, டூ க்ளோஸ் டு ரியாலிட்டி... எல்லாமே ஒருவிதமா குரூரமான ஜோக்கா இருக்கலாம். விபரீதமாகவும் இருக்கலாம். அலட்சியப்படுத்த முடியாது.'

'ஒண்ணு கேட்கறேன், ஷாக்காயிடாதீங்க. ராம்சந்தர் என்னைக் கொல்லப் பண்ற சதியா இது?' என்றாள். வஸந்த் திடுக்கிட்டான்.

'அப்படி ஒரு ஆங்கிள் இருக்குதா? ஏன் அப்படித் தோணுது உங்களுக்கு?'

'அவருக்குத்தான் எங்களுக்குள்ள நடந்த எல்லா உள்விவரங்களும் தெரியும். அது எல்லாம் கதையில வந்தது. என்னை பயமுறுத்த டெர்ரரைஸ் பண்றாரா?'

'எப்படிச் சொல்ல முடியும்? யார்கிட்டயாவது அதை அவர் சொல்லியிருக்கலாம். உங்களை மிரட்டறதுக்கோ அல்லது கொல்றதுக்கோ என்ன காரணம் இருக்க முடியும்?'

'சொத்து? வரப்ப பாத்திங்களே இந்த ஏரியா முழுக்க என்னுது தான். முன்னால இருக்கறதை பில்டர்ஸ்கிட்ட வித்து கிளினிக்ல இன்வெஸ்ட பண்ணார். மிச்சம் இருக்கற இந்த லேண்ட்

வேல்யுவே கோடிக்கணக்கில் வரும். பில்டர்கிட்ட பேசிக்கிட்டிருக்கார். நான் வேண்டாம்னு சொல்லிட்டிருக்கேன், 'எதுக்கு அதிகப் பணம்? வர்ற பணம் போதும். சண்டை போடாம சந்தோஷமா இருக்கறதுதான் முக்கியம்'னு. சம்மதிக்கலை. ரெண்டு மூணு தடவை கம்பெல் பண்ணிப் பாத்தாரு. எனக்கென்னவோ அவர் தனியாவோ யாரோடவோ சேர்ந்தோ ஒரு பெரிய சதி பண்றாப்பல தோணுது.'

'யாரோட?'

'அனாமிகா.'

'அவங்கதான் ரிசைன் பண்ணிட்டாங்களாம்.'

'அதெல்லாம் பாசாங்குங்க. இன்னும் வந்திட்டிருக்கா. நீங்க அவளைப் பாத்திங்க இல்லை.'

'பார்த்தேன்.'

'அவமேல என்ன அப்படி கவர்ச்சி?'

'உங்களுடைய எதிர்மறைன்னு சொல்லலாம். சில வேளை இந்த கெமிஸ்ட்ரி புரியறது கஷ்டம். யோசிச்சுப் பாருங்க அபூர்வா. இந்த மாதிரி பத்திரிகைல முதவாரம் எழுதிட்டு அடுத்தவாரம் அதைச் செயல்படுத்தறது கேனத்தனமான காரியமா இல்லை?'

'நீங்க யோசிச்சுப் பாருங்க வஸந்த், இதுவே அவருடைய பாதுகாப்பா இருக்கலாம் இல்லையா? அவர் மேல குற்றச்சாட்டு வந்தா எந்த கோர்ட்டும் நம்பாது இல்லையா? எழுதி வெச்சு கொலை பண்றதாவது? யானை தன் தலைலயே மண்ணை அள்ளிப் போட்டுக்கறாப்பல...'

'அபூர்வா, நீங்க இன்னிக்கு வந்த மயா படிச்சீங்களா?'

'வாங்கி வெச்சிருக்கேன். படிக்கலை.'

'படிச்சிருங்க.'

'அதுக்கு முன்னாடி ஒரு ஆசாமி இந்த மாதிரி எழுதிவெச்சு கொலை பண்றாருன்னு அந்த கேஸ் உங்ககிட்ட வந்தா எப்படி ஹேண்டில் பண்ணுவீங்க?'

'ப்யுர் அண்ட் சிம்பிள். இன்சானிட்டி ப்ளீ! ஒரு பைத்தியக்காரன் தான் நட்கேஸ்தான் அந்த மாதிரி செய்வான்னு வாதாடி மூணு வருஷத்தில வெளிய கொண்டுவந்துருவோம். அச்சா! ஓ.எஸ்! நீங்க சொல்றதிலயும் ஒரு பாயிண்ட் இருக்கு. உங்க கணவர் பணக் கஷ்டத்தில் இருக்கிறாரா?'

'தெரியலையே வஸந்த். எங்கிட்ட ஏதும் சொல்ல மாட்டேங்கறார். கிளினிக்ல நிறைய கேஷ் கலெக்ட் ஆறது.'

'இந்த வாரம் அனுப்பின தொடர்கதைல உங்க கணவர் கோவா போறார். ராத்திரி கொலை நடக்கிறது.'

'அய்யோ வஸந்த்! என்ன இப்படி ஒரு குண்டைத் தூக்கிப் போடறீங்க?'

'பாருங்க, இதை ரெண்டு விதமா பார்க்கலாம். எல்லாமே கற்பனைக் கதை. யாரோ விளையாடற சைக்கலாஜிக்கல் கேம். அது உங்க கணவராகவும் இருக்கலாம். அல்லது கிளினிக்கில் இருக்கறவங்களாகவும் இருக்கலாம்.'

'எப்படிச் சொல்றிங்க?'

'கதையை அனுப்பிய உறையில் கிளினிக்குடைய முத்திரை இருந்தது.'

'வஸந்த்... எனக்கு இப்ப ப்ளீஸ்... நிஜமாகவே ஏதோ ஒரு பெரிய ஆபத்து இன்னிக்கு ராத்திரி வரப்போவுதுன்னு நடுக்கமா இருக்குது. வஸந்த். என்னை விட்டுறாதிங்க. போய்றாதிங்க. ப்ளீஸ் இங்கேயே இருங்க. அவர் பெங்களூர் போய்டறார். நான் ராத்திரி தனியா இருக்க முடியாது.' அவள் கண்களில் மிகுந்த பயம் தெரிந்தது.

'சரி, இருக்கேன். கவலைப்படாதீங்க. என் மேல நம்பிக்கை இருக்குதில்லை?'

'என்னங்க... நீங்க என் பிரதர் மாதிரி?'

'அப்படி வேண்டாம். நல்ல நண்பர்னு வெச்சுக்கலாம். ராத்திரி வந்துர்றேன். அது வரைக்கும் வேலைக்காரங்க இருக்காங்களே. ஒரு தலையணை. கொசுபத்தி, டிவி ரிமோட்டு, ஒரு கிளாஸ் மைலோ போதும்' என்றான்.

வஸந்த் அலுவலகத்துக்கு வந்து இரண்டு நாட்களாகத் தேங்கியிருந்த கேஸ் காகிதங்களைக் கவனித்தான். மெய்ல் பார்த்தான். கணேஷ் தீவிர யோசனையில் இருந்தான். 'என்ன பாஸ்?'

'நம்ம கிளையண்ட் ஒருத்தர் விசிடி சிங்கப்பூர்ல வாங்கிக்கொண்டு வந்திருக்கார். அவரை 292-ல பிடிச்சிருக்காங்க எப்படிரா... அது குற்றமாடா?'

'விசிடி ஆபாசமானதா இருந்தாக் குற்றம். 292 ஆபாசமான புத்தகத்தை, படத்தை, பொருளை விக்கறதோ, வாடகைக்குத் தர்றதோ, மத்த பேருக்குக் கொடுக்கறதோ, பொதுமக்களுக்கு காட்டறதோ குற்றம்ங்கறது. அந்தாளு என்ன விசிடி வச்சிருந்தார்?'

'டைட்டிலே இல்லை.'

'அப்ப நிச்சயம் 'பக்தி' படம்தான். எதுக்கும் ஒரு காப்பியை போட்டுப் பாத்துருங்க. கலையார்வம் கிலையார்வம்னு ஜல்லியடிக்கலாம். பாஸ், அபூர்வா, ஒரு அதிர்ச்சிகரமான கேள்வி கேட்டாங்க.'

'என்ன?'

'இது எல்லாமே அவ கணவர் டாக்டர் ராம்சந்தர் செய்யறதா இருக்குமான்னுட்டு...'

'எனக்கு ஏற்பட்ட முதல் சந்தேகமே அதுதாண்டா முட்டாள்!'

'அப்படியா? நீங்க என்ன நினைக்கறீங்க?'

'நான் எதுவும் முடிவுக்கு வரலை. பத்திரிகைல கதையா எழுதிட்டு கொலை பண்ணுவாங்கறது ரொம்ப நம்ப முடியாததா இருக்கு.'

'அதுவே அவருடைய அலிபையா இருக்கலாம் இல்லையா?'

'இருந்தாலும் கொஞ்சம் இழுவைதாண்டா. இப்ப என்ன, அந்தாளுதான் பெங்களூர் போயிருக்காரே?'

'அபூர்வா ராத்திரி துணைக்கு இருக்க வரச் சொல்லியிருக்காங்க.'

'போய்ட்டு வா. துப்பாக்கி எடுத்துக்கிட்டுப் போ.'

'அதான் யோசிச்சேன்.'

‘லைசென்ஸ் புதுப்பிச்சாச்சில்லை?’

‘பார்க்கணும் பாஸ்.’

போனில் ஒரு பிட்ஸா ஆர்டர் செய்து இரண்டுபேரும் சாப்பிட்டு விட்டு மற்ற வேலைகளை முடித்துவிட்டு ஒரு முக்கியமான ப்ரீஃப் எழுதிவிட்டுக் கிளம்புவதற்கு மணி எட்டரை ஆகி விட்டது. ஆபீசைப் பூட்டும்போது உள்ளே போன் மணி அடித் தது. வஸந்த் அலுத்துக்கொண்டான். ‘அய்யோ! மறுபடி எல்லாப் பூட்டுகளையும் திறக்கணுமா?’ போன் பிடிவாதமாக அடித்துக் கொண்டிருந்தது. ஒரு தடவை நின்று மறுபடி அடித்தது. கணேஷ் அதைப் பாய்ந்து எடுத்து, ‘கணேஷ்!’ என்றான்.

‘கணேஷ், உடனே வாங்க, நான் சந்தரைக் கொன்னுட்டேன்!’

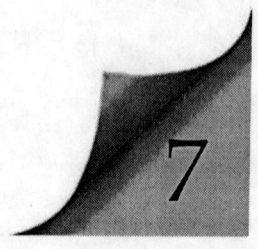

7

கணேஷும் வஸந்தும் சி.பி. ராமசாமி ஐயர் ரோடை விட்டு ஒதுங்கியிருக்கும் சந்து வீட்டுக்குச் சென்ற போது நிச்சலனமாக இருந்தது. கணேஷ் கதவைத் தட்டிப் பார்த்தான். தானாகத் திறந்து கொண்டது. 'அபூர்வா-அபூர்வா' என்று கூப்பிட்டார்கள். பதில் இல்லை. நாய் குரைத்தது கேட்டது.

மெல்ல உள்ளே சென்றார்கள். விசும்பல் சப்தம் கேட்டது. ஹாலில் டிவியில் யாரோ அழுதுகொண்டிருந்தார்கள். குழாய் ஒழுகிக்கொண்டிருந்தது. நாய் வெளியே கட்டிப்போட்டு, குரைத்துக் கொண்டிருந்தது. 'அபூர்வா, எங்க இருக்கிங்க? கணேஷ் வந்திருக்கேன்.'

வஸந்த் சமையலறைக்குள் நுழைவாசலில் கீழே பார்த்து, 'பாஸ், பாருங்க...'

ரத்தக்கறை!

சமையலறைக்குள் நுழைந்தான். தரையில் கீழே டாக்டர் ராம்சந்தர் கிடந்தார். அவர் முகம் பக்கவாட்டில் சாய்ந்து வாய் திறந்து நெற்றி சுருங்கியிருந்தது. சட்டையின் கை ஒருவாறு மடங்கியிருந்தது. உள்ளங்கையில் ரத்தம் இன்னும் உறையாமல் கசிந்துகொண்டிருந்தது. மணிக்கட்டில் வாட்ச் இல்லை. வெயில் படாத சுவடு தெரிந்தது.

'வஸந்த், உயிர் இருக்கா பாரு...'

'மாட்டேன் பாஸ்... இந்த வேலை மட்டும் வேண்டாம்.'

கணேஷ் அவனை முறைத்துப் பார்த்து உடலைப் புரட்டாமல் கழுத்தில் விரல் வைத்துப் பார்த்தான். மார்பில் காது வைத்துப் பார்த்தான்.

'போய்ட்டார்.'

வஸந்த், 'அபூர்வா!' என்று உரக்க அழைத்துப் பார்த்தான். பதிலே இல்லை. நாய்தான் அதிகமாகக் குரைத்தது.

'ஓடிட்டாங்களா?'

'இல்லை, வஸந்த்! ஃப்ளாட்ல பெரிசா லைட் எரியுது பாரு. அங்கதான் போயிருக்கணும். இரு, நான் போய் விசாரிக்கிறேன்.'

'வேண்டாம் பாஸ்... எனக்கு டெட்பாடி கூடத் தனியா இருந்து பழக்கமில்லை.'

'பயப்படாதேடா...டெலிபோன் வந்தா எடுக்காதே.'

அந்த வீட்டோடு ஒட்டியிருந்த ஃப்ளாட்களில் ஒன்றின் வாசலில் பிரகாசமாக விளக்கெரிய அதன் ஹாலில் தலையைப் பிடித்துக் கொண்டு அபூர்வா மூக்கிலும் கண்களிலும் மிகுதியாக நீர் வடிய உட்கார்ந்திருந்தாள். ஒருவர் போனைத் தட்டி உயிர்ப்பித்துக் கொண்டிருந்தார்.

'இங்க இருக்கிங்களா!' என்றான் கணேஷ்.

அவனைப் பார்த்ததும் அவள் ஓடி வந்து கட்டிக்கொண்டு 'கொ... கொன்னுட்டேன்... கொன்னுட்டேன் கணேஷ்...'

அந்த வீட்டுக்காரர், 'நீங்கதான் கணேஷா? நல்லவேளை வந்திங்க! என்ன சொல்றாங்கன்னே புரியலை... ஒரே குழப்பம்.'

'ஓக்கே, அபூர்வா! வாங்க போலாம்.'

'பாடி எங்க இருக்கு?'

'வீட்டுக்குள்ள கிடக்கு. பாத்தேன்.'

'அய்யோ ராமு, தேவகி, கதவைச் சாத்திக்கோ! என்ன எழவுடா இது... இப்ப போலீஸ் வருமா? நான் சாட்சி சொல்லணுமா?''

'உங்க பேர் என்ன சார்?'

'பத்ரிநாத்.'

'பத்ரிநாத், கொலை நடந்தா போலீஸ் வராம குருக்களா வருவாரு! வெறுப்பேத்தாதிங்க...' கணேஷ் அவளை, 'மெல்ல வாங்க அபூர்வா.'

கைத்தாங்கலாக, கொஞ்சம் அழுத்தமாகவே அணைத்துக் கொண்டு மறுபடி அவர்கள் வீட்டுக்குச் சென்றான்.

'என்னைக் கொல்ல வந்தார் கணேஷ்' என்று அரற்றிக் கொண் டிருந்தாள்.

'பாஸ், ஏன் இவ்வளவு நேரம்? உடல் நீலமாயிட்டே இருக்கு...'

'போலீஸ்க்கு சொல்லிட்டல்ல?'

'சொல்லணுமா?'

'என்ன, வீளையாடறியா?'

அவளை சோபாவில் உட்காரவைத்தான்.

'முதல்ல போலீஸ், ஆம்புலன் எல்லாத்துக்கும் சொல்லணும்.'

'என்னை அரஸ்ட் பண்ணுவாங்களா?'

'என்னதான் ஆச்சு... சொல்லுங்க?'

'வஸந்த், கணேஷ்! என் கணவர் பெங்களூர் போறதாத்தானே சொன்னார். போகவே இல்லை. திடீர்னு பார்க்கறேன். பின்னால வந்து நிக்கறார். 'வஸந்தும் கணேஷும் ட்ரிப்பை கேன்சல் பண்ணச் சொல்லிட்டாங்க. உனக்குத் துணையா இருக்க வந் துட்டேன். என்ன பயம் என்கிட்ட'ன்னு சொல்லிட்டு அப்புறம் என்ன என்னவோ பேத்தறார்.'

'என்ன?'

'அந்தக் கதைய ஒருத்தன்கிட்ட சொல்லி எழுதுறது நான்தான்னா யாராவது நம்புவாங்களா? முன்கூட்டியே எழுதிட்டு பெண் டாட்டியை கொன்னுட்டான்னா போலீஸ் நம்புவாங்களா? இப்ப நான் உன்னைக் கொன்னுட்டு அடுத்த ப்ளைட்ல பெங்களூர்

போய்ட்டன்னா யாருக்கும் தெரியாது. எவனோ ஒரு பைத்தியக் காரன் கொன்னுட்டான்னுதானே நினைப்பாங்க... நான் பைத்தியக்காரனா... நான் பைத்தியக்காரனாடி? இல்லையே?' இப்படிச் சொல்லிக்கிட்டே கிச்சன்ல செலுத்தி என்னை மடக்கறார். பின்னால பின்னால போறேன். மேடை தடுக்குது. கையைப் பிடிச்சு பின்னால மடக்கறார். எதோ தட்டுப்படுது, கிச்சன் கத்தி.

'கணேஷ், எங்கருந்து அந்தக் கத்தி வந்தது. எங்கேருந்து எனக்கு சக்தி வந்தது... அப்படியே திமிறி ஒரே குத்து, எக்கச்சக்கமாக உள்ள போய்டுத்து.

'அப்படியே 'புருசனைக் கொல்லுவியாடி?'ன்னு கேட்டுகிட்டு முழு வெய்ட்டோட தடுமாறி என்மேல் விழறார். மூச்சு திணறுது. அதுக்குள்ள என் கழுத்தில் எல்லா விரலையும் வெச்சு அழுத்தறார்... முழுக்க அழுத்தி எனக்கு பிராணன் போறதுக்குள்ள அவருக்கு போய்டுச்சு... பாருங்க... பாருங்க!'

அவள் கழுத்தில் சிவப்புக் கோடுகள் தெரிந்தன.

'அபூர்வா, ரிலாக்ஸ் ரிலாக்ஸ்!'

'இப்ப என்ன ஆகும்?'

'கவலைப்படாதீங்க. நாங்க எல்லாம் பாத்துக்கறோம். வஸந்த், அலமாரில ட்ராங்கவிலைசர் எதாவது இருக்கா பாரு.'

வஸந்த் அலமாரியில் தேட கணேஷ் ஹாலின் நடு மேசையில் வைத்திருந்த சிறிய சூட்கேசைக் கவனித்தான். அதன் அடையாளப் பட்டையில் டாக்டர் ராமசந்தரின் கார்டு செருகியிருந்தது. அதன் ஒரு பையில் ஏர் டிக்கெட் செருகியிருந்தது.

'என்னைக் கைது பண்ணுவாங்களா, கணேஷ்.'

'வஸந்த், என்னடா பண்ணணும்?'

'போலீஸ் ஆபிசர் வரட்டும். செஞ்சதை அப்படியே ஒப்புக் கட்டும். 45-1-ங்கீழ கஸ்ட்டடிக்கு தன்னை ஒப்படைக்கட்டும். பெண்ணா இருக்கறதால ராத்திரி அரஸ்ட் பண்ணமாட்டாங்க. நாளை ரிமாண்டுக்கு வரும். அப்ப வாதாடிப் பார்க்கலாம்.'

கணேஷ் அபூர்வாவைப் பார்த்து, 'பாரும்மா, நீங்க உங்க கணவரைக் கொன்னதா சொன்னது நிஜம்தானே...'

'ஏன்?'

'அவருக்கு வேற ஏதாவது ப்ராப்ளம், ஹார்ட் அட்டாக், அதிர்ச்சி ஏதாவது காரணத்தால அல்லது தப்பித் தவறி விழுந்ததாலே...'

'இல்லை... என்னைத் தாக்க வந்தார். அதைத் தடுக்க அவரைக் கத்தி எடுத்துக் குத்திட்டேன். அதான் நிஜம் கணேஷ். என்னைக் காப்பாத்துவிங்களா?'

'உங்ககிட்ட பெங்களூர் போறதாச் சொல்லிட்டு சற்றும் எதிர் பார்க்காம வந்தப்ப என்ன மணி இருக்கும்?'

'இப்பத்தான் ஒரு மணி நேரம் கூட ஆயிருக்காது...'

வாசலில் மண்டையில் நீல விளக்கின் சிமிட்டலுடன் ஆம்பு லன்ஸ் வந்து சேர்ந்தது. கூட்டம் கூடி பனியனிலும் அரை டிராயரிலும் ஆர்வப்பார்வையுடன் பக்கத்து எதிர்வீட்டுக்காரர்கள் மெல்ல தயக்கத்துடன் குழுமினார்கள். அதே சமயம் போலீஸ் ஜீப்பும் வந்திருந்தது. அதிலிருந்து வெளிப்பட்டு இங்குமங்கும் பார்த்துக்கொண்டு தன் தொப்பியைச் சரி செய்துகொண்டு வந்த இன்ஸ்பெக்டர் பெயர் பாலாஜி என்பது தெரிந்தது. 'நீங்கதான் போன் பண்ணிங்களா?'

'ஆமாம், என் பேர் கணேஷ்.'

'அந்த கணேஷா?'

'ஆமாம்.'

'கை குடுங்க! உங்களை ரொம்ப நாளாச் சந்திக்கணும்னு ஆசை! வஸந்தும் வந்திருக்காரா?'

'தோ!'

'சௌகரியமாப் போச்சு. சொல்லுங்க. என்ன நடந்தது?'

'கணவன் கொல்ல வந்தார், அதிலிருந்து தன்னைக் காப்பாத் திக்கிறதுக்காக கத்தி எடுத்துக் குத்திட்டாங்க.'

'நீங்க ஸ்பாட்ல இருந்திங்களா?'

'இல்லை. போன் பண்ணி வந்தோம். கலக்கமா இருக்காங்க. உங்க கேள்விகளைக் குறைவா வெச்சுக்கலாம்.'

பாலாஜி உள்ளே வந்து குனிந்து டாக்டரின் உடலைத் தொட்டுப் பார்த்தார்.

'சூடு இருக்குது. அதிக நேரமாகலை.' பாலாஜி பல உடல்களைப் பார்த்தவர் என்று தெரிந்தது. பாலாஜிக்கு கணேஷைப் பார்த்ததில் ஓர் உற்சாகமும் தன் திறமையைக் காட்டவேண்டும் என்ற ஆர்வமும் இருப்பது தெரிந்தது.

'கணேஷ், இது சடன் அஸ்ஃபிக்ஸியாவால ஏற்படறது. நாக்கு லேசா வெளிய வந்திருக்கு. பாருங்க! வஸந்த்! எங்க போறிங்க? இருங்க.'

'எனக்கு இவ்வளவு விவரம் வேண்டாம், பாலாஜி சார்!'

'லேசா நுரை கலந்த ரத்தம் தெரியுது பாருங்க. எதனால செத்திருப்பாங்க?'

'என் அனுபவத்தில், கத்தி மார்ல பாஞ்சிருக்கு. நுரையீரல்ல பங்ச்சர் விழுந்து ஆக்சிஜன் கம்மியா போயி அஸ்ஃபிக்ஸியா தான். காரணம் ரத்தமும் நிறைய ஊத்திருக்கார். எக்கச்சக்கமா குத்து விழுந்திருக்கு. எப்படி ஆயுதம் கிடைச்சுது.'

'கிச்சன்ல கத்தி, அதோ கெடக்கு பாருங்க.'

'நீங்க தொடலையே?'

'இல்லை.'

'அவங்களைப் பார்க்கலாமா? பலசாலியா இருப்பாங்களோ... எதுக்காகக் கொன்னாங்களாம்? ரெண்டு பேரும் சண்டை போட்டு கிட்டாங்களா! இம்பல்சிவ் மர்டரா?'

வஸந்த், 'ஏன் கேக்கறிங்க, வினோதமான கதை இது. புது மாதிரியா மனைவியைக் கொல்ல இவரு ப்ளான் போட்டிருக் காரு. இந்தம்மா அதை ஓரளவு எதிர்பார்த்ததாலே உள்ளுக் குள்ளே ஒரு எச்சரிக்கை இருந்திருக்கு. இல்லைன்னா இவங்க காலி! தப்பிச்சிருக்காங்க.'

'நீங்க ரெண்டு பேரும் எப்படி வந்திங்க?''

'எங்ககிட்ட பாதுகாப்பு கேட்டாங்க.'

'கொடுக்கலையா?'

'வர்றதுக்குள்ள சம்பவம் நடந்து முடிஞ்சு போச்சு.'

'நியாயமோ அநியாயமோ, தாக்க வந்திருக்காரு, தற்காப்புக்காக திருப்பித் தாக்கிருக்கா. செத்துட்டார்.'

'ஓப்பன் அண்ட் ஷட்!'

இதற்குள் அபூர்வா அறையிலிருந்து வெளியே வர, 'அம்மா கவலைப் படாதீங்க. தற்காப்புக்காக கணவனைக் கொன்னிங் கன்னு நிரூபிச்சாச்சுனா உங்களுக்கு ரொம்பக் குறைவான தண்டனைதான் கிடைக்கும்.'

'கணேஷ், வாங்க ஹாலுக்கு போகலாம். இவங்க மாடலா?'

'எக்ஸ் மாடல்.'

'பேப்பர்காரங்க மொச்சுருவாங்களே!' ஹாலுக்கு வந்து உட்கார்ந் தார்கள். 'என்னதான் ஆச்சு? எப்படி உங்களை முதல்ல அணுகி னாங்க சொல்லுங்க. அம்மா, நீங்க ஏதும் பேச வேண்டாம். இப்ப இவங்க சொல்றது சரியான்னு தலை ஆட்டினாக்கூடப் போதும். டென்ஷன்ல இருக்கிங்க தெரியுது. சொல்லுங்க கணேஷ்.'

'மயான்னு பத்திரிகை வருது தெரியுமா?'

'தெரியுமே! அதிலதானே ஐந்தாவது அத்தியாயம்னு ஒரு கதை வருது. என் மனைவி, இது யாரு எழுதறதுன்னு மண்டையைப் போட்டு உடைச்சிட்டிருக்கா. லட்சம் ரூபாய் பரிசாம்!'

'நீங்க அந்தக் கதையைப் படிக்கிறீங்களா?'

'எங்கங்க டயம்?'

'படிச்சுருங்க. காரணம், அதில வர்ற எல்லா சம்பவங்களும் இங்க யும் நடந்திருக்கு'

'திஸ் இஸ் இன்ட்ரஸ்டிங் கணேஷ்! முதல்லருந்து சொல்லுங்க.' சொன்னான்.

'கணேஷ், எனக்கு ஒண்ணு தோணுது. இதுக்கு அந்தப் பத்திரிகை ஆபிசுக்கு ஒரு வாரண்ட் எடுத்துட்டுபோய் எடிட்டரை கலக் கிர்றேன்.'

'அவங்க யார் எழுதறாங்கன்னு வாசகர்களுக்கு ஒரு பெரிய போட்டி வெச்சிருக்காங்க. சொல்லமாட்டாங்க.'

‘கொலை விழுந்துருச்சு. போட்டியாவது மண்ணாங் கட்டி யாவது. யார் எழுதறதுன்னு சொல்லித்தான் ஆகணும். கோர்ட் ஆர்டர் வாங்கிட்டுப் போகலாம்.’

‘தேவையில்லை. எழுதறது யாருன்னு தெரிஞ்சுருச்சு. திருவல்லிக் கேணியில ஒரு வேலையில்லாத இளைஞன், பேரு ரமேஷ்.’

‘அட்ரஸ் சொல்லுங்க, கைது பண்ணிட்டு வர்றேன்.’

‘தேவையில்லை. அதை அவன் நேரடியா எழுதறதில்லை. வாரா வாரம் அவனுக்கு இன்ஸ்டால்மெண்டா கூரியர் அனுப்பறாங்க.’

‘ட்ரேஸ் பண்ணிரலாமே?’

‘பண்ணியாச்சு. அது டாக்டருடைய கிளினிக்லருந்துதான் வருதுன்னு தெரிஞ்சுருச்சு.’

‘துடிப்பா வேலை செய்திருக்கிங்க. அப்ப டாக்டர்தான் யார் கிட்டயோ சொல்லி எழுதறார்னு தெரியுது. கேஸ் குளோஸ்.’

‘ஏறக்குறைய அப்படித்தான்.’

‘என்னை ஜெயில்ல போடுவீங்களா?’

‘குற்றம் திட்டமிட்ட கொலைக்குற்றமா நிரூபிக்கப்பட்டாலே தவிர உங்களை அரஸ்ட் பண்ணத் தேவையில்லை. இப்பவே நீங்க நடந்ததை ஒப்புக்கிட்டதால எங்க கஸ்ட்டியில சரண்டர் ஆனாப்பலதான். கிளினிக்ல உள்ள அத்தனை பேரையும் விசாரிச்சுரலாம் கணேஷ்.’

கணேஷ் தயக்கத்துடன், ‘அப்படித்தான் செய்யணும்னு தோணுது.’

‘ஏன் தயங்கறிங்க? இது யாருடைய பை?’

‘டாக்டருடையது. ஏர்போர்ட் போகாம இங்க வந்திருக்கார். டிக்கெட்கூட இருக்குது.’

‘சாயங்காலம் போக வேண்டிய ப்ளைட்டை கான்சல் பண் ணிருக்கார். அடுத்த ப்ளைட்ல போறதாச் சொன்னதா...’

‘செக் பண்ணிரலாமே...’ விமான டிக்கெட்டை அவர் பார்த்தார்.

'ராத்திரி ப்ளைட்டுக்குதான் டிக்கெட்.'

'முதல் ப்ளைட்டுக்கு பண்ணிட்டு அடுத்ததுக்கு மாத்தினாரா பாத்துருங்க.'

'பாத்துரலாம். ஜெட் ஏர்வேஸ்ல மேனிஃபெஸ்ட் கிடைக்கும். அம்மா, நீங்க ரெஸ்ட் எடுத்துக்கங்கம்மா. உங்க கணவர் உங்களைத் தாக்க வந்தப்ப தற்காப்பாக அவரைத் தடுக்கப்போய் தற்செயலாக் கத்தியைப் பயன்படுத்தியதால காயம் பட்டு அவர் இறந்துட்டதா ஸ்டேட்மெண்ட் கொடுத்திங்கன்னா, மேன் ஸ்லாட்டர்ல வந்துரும்.'

கணேஷைப் பார்த்தாள். 'அபூர்வா, ஒப்புத்துக்கங்க' என்றான் கணேஷ்.

8

டாக்டர் ராம்சந்தரின் உடல் வெள்ளைத் துணியால் மூடப்பட்டு வெளியே எடுத்துச் செல்லப் பட்டது. ஆம்புலன்ஸ் பின்வாங்கி ஏறக்குறைய கூடம்வரை வந்துவிட்டது. அதில் உடலை வைத்த போது கை மட்டும் வெளியே தெரிவதை கணேஷ் கவனித்தான். அதில் விரலிடையில் ஒரு மயிரின் இழை தெரிந்தது.

அபூர்வா தன் அறைக்குள் விசும்பும் சப்தம் கேட்டது.

கதவைத் தட்டினான்.

மூக்கை உறிஞ்சிக்கொண்டே திறந்தாள். கண்கள் சிவந்து அவள் இப்போது அழகாக இல்லை.

'போலீஸ் போய்ட்டாங்களா?'

'போயாச்சு.'

'எனக்கு என்ன ஆகும் இனிமே?'

'கவலைப்படாதிங்க அபூர்வா... உங்களுக்கு பயமா இருந்தா...' என்று ஆரம்பித்த வஸந்தைத் தடுத்து நிறுத்தினான் கணேஷ்.

'வேலைக்காரி யாரும் துணைக்கு வெச்சுக்கலையா? ஏன் தனியா இருந்திங்க?'

'வேலைக்காரன் இருந்தான். தங்கச்சி கல்யாணம்னு சொன்னான். எப்படியும் வஸந்த் வரப்போறாரே, கால் மணிதானேன்னு போகச் சொல்லிட்டேன். தப்பு...'

'நீங்க தனியாவா இருந்திங்க?'

'ஆமாம். கதவை உள்ள தாப்பா போட்டுக்கிட்டு!'

'எதுக்காகத் திரும்பி வந்திங்கன்னு கேட்டிங்களா?'

'ஆமாம்.'

'என்ன சொன்னார்!'

'கவலையா இருந்தது. ப்ளைட்டுக்கு போகலை. உனக்குத் துணையா வந்துட்டேன்னார்.'

'அவர் எந்த ஃப்ளைட்டுக்குப் போறதா இருந்தது?'

'எங்கிட்டச் சொல்லலையே!'

'பாஸ், எங்கிட்ட முதல் ஃப்ளைட்டுன்னு சொன்னார்.'

'ரெண்டாவது ஃப்ளைட்டுக்கு இருக்கு... மாத்திருக்கார்.'

'உங்ககிட்ட அதைப் பத்திச் சொன்னாரா?'

'கான்சல் பண்ணிட்டதாச் சொன்னார்'

'உங்ககிட்ட அவர் உண்மையைச் சொல்லலை. அடுத்த ஃப்ளைட்டுக்கு டிக்கெட் வச்சிருக்கார்.'

'என்ன மனசில வெச்சுகிட்டிருந்தாரோ. பயமுறுத்தினார். 'உன்னை இப்ப கொன்னுட்டு ப்ளைட்டை புடிச்சுட்டுப் போய்ட்டா யாரும் நம்ப மாட்டாங்க. சந்தேகப்படமாட்டாங்க'ன்னு. எனக்கு வெல வெலத்துப் போச்சு.'

'அபூர்வா தெளிவா, ஸ்டெப் பை ஸ்டெப் சொல்லுங்க. நாளைக்கு கோர்ட்டில் உங்க கேஸை எடுத்து வாதாட எங்களுக்கு உபயோகமா இருக்கும்.'

'சொல்றேன். உள்ள வந்தார்'

'நீங்க கிச்சன்ல இருந்திங்க. திடீர்னு பின்னால வந்ததாச் சொன்னிங்க...'

'ஆமாம். கழுத்தில விரல் வச்சு அழுத்தினார். அதுக்குள்ள எனக்கு கத்தி கிடைச்சுருச்சு. ஆத்திரத்தில் குத்திட்டேன். அப்படியே என்மேல் விழுந்தார்.'

'அழுத்தின கை என்ன ஆச்சு?'

'சொன்னேனே எனக்கு உயிர் போறதுக்கு முந்தி அவருக்குப் போயிருச்சு. அழுத்தம் குறைஞ்சு தளர்ந்துருச்சு.'

'உங்க தலைமயிர் எதையும் புடிச்சு இழுக்கலை?'

'இல்லை.'

அவள் வெற்றுப் பார்வை பார்த்தாள். 'எல்லாம் கனவா கணேஷ்? என்னை எழுப்பப் போறிங்களா?'

'இல்லையம்மா... கனவும் இல்லை கதையும் இல்லை. இது நிஜம். முடிஞ்சாத் தூங்குங்க. காலைல பார்க்கலாம்.'

'அய்யோ! கணேஷ் வஸந்த்... யாராவது ஒருத்தர் என்கூட இருந்துதான் ஆகணும்.'

'நான் இருக்கேன் பாஸ்.'

'ரெண்டு பேரும் இருக்கோம்' என்றான் கணேஷ்.

வஸந்த் அவனை ஒரு மாதிரி பார்த்தான்.

கணேஷ் அலட்சியமாக, 'உன்னை சில விஷயங்கள்ல எந்த சூழ்நிலையிலும் நம்ப முடியாது வஸந்த்.'

'என்ன பாஸ், நான் பழைய வஸந்த் இல்லவே இல்லை. நண்பர்கள் எல்லாம் அவனவன் மச்சினிகளை எங்கிட்ட ஒப்படைச்சுட்டு போறான்.'

'சிஸ்டர், உள்ள போய்ப் படுத்துக்கங்க. நாங்க ஹால்ல இருக்கோம்' என்றான்

'கணேஷ், மில்க் ஏதாவது வேணும்னா கிச்சன்ல ப்ரிஜ்ல இருக்கு. ஓ கிச்சன் பூட்டிருக்கே!'

'எங்களுக்குத் தேவை மில்க்கை விட ஸ்ட்ராங்கா. ஏதாவது வாங்கிக்கறம்.'

இரவு விளக்கு எரிந்துகொண்டிருக்க ஸ்ப்ளிட் ஏசி சப்தமில்லாமல் இயங்கிக்கொண்டிருக்க கணேஷ் ஒரு சோபாவில் சாய்ந்தான். வஸந்த் மற்றதைப் படுக்கையாக்கி போர்த்திக்கொண்டு படுத்திருந்தான்.

அப்போது செல்போன் மணியின் முணமுணப்பு கேட்டது. திடுக்கிட்டு எழுந்த கணேஷ் அதை மெல்ல எடுத்தான். பட்டனை அமுத்தினான்.

'சாப்ட்டர் அனுப்பிச்சாச்சு.'

'ஹலோ?'

'யார் பேசறது?'

'கணேஷ்.'

'ஸாரி.' போன் பட்டென வைக்கப்பட்டது. கணேஷ் சற்றுநேரம் யோசித்தான். இந்தக் குரலைக் கேட்டிருக்கிறான். கால் எந்த நம்பரிலிருந்து வருகிறது என்பதைக் கண்டுபிடிக்க செல்போனில் வசதி இருந்தது. குட்டித் திரையில் வரவழைத்துக் கேட்டான். ஒரு காகிதத்தில் எண்ணைக் குறித்துக்கொண்டு பைக்குள் போட்டுக் கொண்டான். அதிகாலை எழுந்தபோது அவனுக்கு எதிரே அபூர்வா உட்கார்ந்திருந்தாள்.

'குட்மார்னிங்! ஸாரி, தூங்கிட்டேன்.'

'நான் தூங்கவே இல்லை கணேஷ். உங்களையே பாத்துகிட்டு உக்காந்திருந்தேன். போலீஸ் வருமா?'

'பதினோரு மணிக்கு வருவாங்க. அதுக்குள்ள நீங்க குளிச்சிட்டு இருங்க. எனக்கு மயா பிரதிகள் எல்லாம் வேணும் இது வரைக்கும் எத்தனை அத்தியாயம் வந்திருக்கு?'

'நாலு. வரப்போற அத்தியாயத்தோட முடியுது.'

'இங்கேயும் முடிஞ்சுருச்சு. யார் எழுதறாங்கன்னு எப்ப அறிவிப்பாங்களாம்?'

'முப்பதாம் தேதி. போட்டி முடிஞ்சு பிற்பாடு.'

வஸந்த் இன்னும் தூங்கிக்கொண்டிருந்தான். அபூர்வா குளிக்கச் சென்றாள்.

'ஏய் வஸந்த்... எழுந்திரு.'

வஸந்த் எழுந்து சோம்பல் முறித்து... 'காப்பி இருந்தா நல்லாருக்கும் பாஸ். ராத்திரி ஒரு கனா. கதையை எழுதறது யாருன்னு நான் மட்டும் கண்டுபிடிச்சுச் சொல்றேனாம். டி.டி.எஸ் கழிச்சுட்டு ஒரு லட்ச ரூபா வருதாம். அப்பதான் யோசனை தோணிச்சு. போலீஸ் காரங்ககூட பத்திரிகை ஆபீசுக்குப் போய் கதையை எழுதறது யாருன்னு ஒரு கோர்ட் ஆர்டர் வாங்கிட்டு போனா என்ன?'

'அவங்க நிச்சயம் செய்வாங்க வஸந்த், அதுக்குள்ள...' தன் பையில் இருக்கும் காகிதத்தை எடுத்து 'இந்த நம்பரை ட்ரேஸ் பண்ணிப் பாரு.'

'இது என்ன பாஸ்?'

'நடு ராத்திரி செல்போன்ல வந்தது. சாப்ட்டர் அனுப்பிச்சாச்சுன்னு. கேட்ட குரலா இருந்திச்சு.'

'இந்த நம்பரை எங்கயோ பாத்திருக்கேன். வெய்ட் எ மினிட்.'

வஸந்த், டெலிபோனில் அந்த நம்பரை சுழற்றினான்.

'நான் நெனச்சது சரியாப்போச்சு. அந்த ரமேஷ் தங்கியிருக்கிற ராமோஜி மெஸ் நம்பர் இது. என்ன பேசினான்?'

'சரியா காதுல விழலை. சாப்ட்டர் பத்தி என்னவோ கேட்டமாதிரி இருந்தது. பெயரைக் கேட்டதும் வச்சிட்டான். குரல் பரிச்சய மானதா இருந்தது.'

'அதான் பாஸ், அந்த ரமேஷ்.'

'இங்க எதுக்கு போன் பண்ணணும்?'

கணேஷும் வஸந்தும் ஒருவரை ஒருவர் கண்ணுக்கு கண் பார்த்துக்கொண்டார்கள். 'பாஸ், கேஸ் அவ்வளவு சிம்பிள் இல்லையா?'

'அப்படித்தான் தோணுது.'

'அபூர்வா, டூத் பேஸ்ட் இருக்குதா?'

'வாஷ்பேசின் பக்கத்தில்' என்றது பாத்ரூம் கதவு.

‘கிச்சன்ல் போய் காப்பி போட்டுக்கலாமா?’

‘கிச்சனைதான் பூட்டிருக்கே? போலீஸ் அதில மார்க் எல்லாம் போட்டிருக்காங்க.’

‘சரி, அக்கம்பக்கத்தில கிடைக்குமா? ஃப்ளாஸ்க் ஏதாவது இருக்கா?’ அபூர்வா குளித்துவிட்டு மெல்லிய பேஸ்டல் பச்சை புடைவை அணிந்து தலையைத் துவட்டிக்கொண்டு வந்தாள். கணேஷ் எதிரில் உட்கார்ந்தாள். ‘உங்களுக்கு இந்த சமயத்தில் எப்படி நன்றி சொல்வேன். பணத்தால தீர்த்து வெக்கக்கூடிய கடனா இது.’

‘துக்கத்திலயும் அழகா இருந்து கெடுத்துர்றிங்க. ஆனா, பணமும் வாங்கிப்போம்!’

‘சும்மாரு வஸந்த்! உக்காருங்க அபூர்வா... போலீஸ் வரதுக்குள்ள சில விஷயங்களைத் தெளிவுபடுத்தணும்.’

‘அதான் கேட்டுட்டிங்களே...’

இதற்குள் வாசலில் அழுகுரல் கேட்டது. வாயைத் துண்டால் பொத்திக்கொண்டு அழுதுகொண்டே உள்ளே வந்தான்.

‘அய்யா போய்ட்டாங்களா! டாக்டர் அய்யா போய்ட்டாங் களாம்மா! என்ன பாடுபடுத்தினாங்க. அம்மா, நான் இருந்திருக் கணும். இல்லாமப் போய்ட்டனே... நடந்ததைக் கேட்டதும் பதறிப்போச்சுங்க. அம்மாவுக்கு எத்தனை மனக்கஷ்டம்.’

‘என்ன பண்றது ஃப்ரான்சிஸ்? விதி!’

வஸந்த் காப்பி பிளாஸ்குடன் வந்தான். ‘வஸந்த், அந்த ரமேஷை உடனே இங்க வரச் சொல்லு.’

‘போன் பண்ணிட்டேன் பாஸ்.’

‘நீ அபூர்வாகூட பேசிக்கிட்டிரு. ஃப்ரான்சிஸ், கொஞ்சம் வாங்க.’

அவனுக்கு முப்பத்தைந்து வயசிருக்கலாம். உருண்டையான முகத்தில் இட்லர் மீசை வைத்திருந்தான். சீருடையில் இருந்தான்.

‘நீங்க டிரைவரும் தானா?’

‘ஆமாங்க அம்மாவுக்கு அப்பப்ப ஓட்டுவேன்! அய்யா ஒரு காரை ஓட்டிப்பாரு.’

‘அய்யாவும் அம்மாவும் சண்டை போட்டுப்பாங்களா ஃப்ரான்சிஸ்?’

‘அடிக்கடிங்க.’

‘எதைப்பத்தி?’

‘இப்ப சொல்லிரலாமே... டாக்டரய்யாவுக்கு கொஞ்சம் பெண் பிள்ளைங்க வீக்னஸ்ங்க. பிள்ளை குட்டி இல்லையா. அலையற மனசுங்க. ரெண்டு மூணுதபா கையுங்களவுமாப் புடிச்சுட்டாங்க. எல்லாம் பெரிய எடத்துப் பொல்லாப்புங்க. அதும் ஈசிஜி ஆப்பரேட்டர் அனாமிகான்னு ஒரு பொம்பளை இருந்திச்சு. அவகிட்ட என்னதான் டாக்டர் கண்டாரோ. அதனால எத்தனை பிரச்னை... அம்மாவும் ரொம்ப கோபக்காரவங்க. பட்டுனு அடிச்சா திருப்பி அடிச்சுருவாங்க. நிறையப் படிச்சவங்க.’

‘தங்கச்சி கல்யாணம் நல்லா நடந்துச்சா?’

‘யாரு தங்கச்சி?’

‘உன் தங்கச்சி...’

‘எனக்கு தங்கச்சியே கெடையாதே! யாருப்பா கேட்டாண்டை?’

ரமேஷ் வேலியோரமாக வந்து ஸ்கூட்டரை நிறுத்திவிட்டு வந்தான்.

வஸந்த் அவனை உற்சாகமாக வரவேற்றான். ‘இது யாரு வீடு?’

‘தெரியாத மாதிரி கேக்கறிங்களே ரமேஷ்... நேத்து ராத்திரி போன் பண்ணிங்களா இல்லையா?’

‘நானா? என்ன விளையாடறிங்க!’

‘போன் பண்ணி சாப்ட்டர் அனுப்பிச்சாச்சுன்னு சொன்னிங்களே.’

‘நீங்க என்ன பேசறிங்கன்னே புரியலை!’

‘இது டாக்டர் வீடு தெரியுமில்லை?’

‘தெரியாதே?’

‘நீங்க எங்க ஆபீஸ்ல சந்திச்ச அபூர்வா இங்கதான் இருக்காங்க. ராத்திரி, டாக்டர் கொலை பண்ணப்பட்டார், தெரியுமா?’

அவன் முகம் சிறுத்தது.

'அய்யோ, என்ன சார் சொல்றிங்க... பேஜார்ல மாட்டனா?'

'நீங்க அனுப்பிச்ச கதையின் சம்பவங்கள் எல்லாம் தவறாம நடந்துருச்சு. டாக்டர் காலி! கதைல வர்ற மாதிரியே!'

'அய்யோ, எத்தனை முறை சொல்வேன். நான் கதை எழுதலை. நான் ஒரு கூரியர்.'

'யாரு அனுப்பிச்சாங்கன்னு நீங்க சொல்லியே ஆகணும். போலீஸ் உங்களை சும்மா விடாது. அடிப்பாங்க. முட்டி ஸ்டராங்கா இருக்குதா? தட்னா வலி தாங்குமா?'

'இந்த செல் நம்பர் யார் கொடுத்தாங்க?' என்றான் கணேஷ்.

'அவங்கதான்... கதை சாப்ட்டர் அனுப்பறவங்கதான்.'

'ஆம்பிளையா, பொம்பளையா?'

'தெரியாதுங்க.'

'என்னய்யா விளையாட றியா?'

'பாருங்க, முதல்லருந்து சொல்லிர்றேன். தலைகால் புரியுதா பாருங்க. பரமசிவம்னு ஒருத்தர் சென்சாருக்கு ஸ்கிரிப்ட் அடிக்கிறவர். அவர்கிட்ட வேலை கேட்டிருந்தேன். அவர் இந்த வேலை செய்யறியான்னு கேட்டார். அவர்தான் இந்த செல் நம்பரும் கொடுத்தார். கொடுத்து சாப்ட்டர் அனுப்பிச்சாச்சுன்னு தகவல் மட்டும் அப்பப்பக் கொடுன்னாரு. பொம்பளையா கேட்டிங்களே, சில சமயம் ஆம்பிளை குரல் பதில் சொல்லும் சிலசமயம் பொம்பளை.'

'கதை ஸ்க்ரிப்ட்டு எப்படி வந்துகிட்டிருந்தது?'

'கையெழுத்திலதான்.'

'அது எல்லாம் இருக்கா?'

'ரூமுல இருக்கு.'

'மவனே, உனக்கு மன்னிப்பே கிடையாது. இந்த மாதிரி அனாமத்து காரியம் ஒப்புக்கிட்டு எப்படிப்பட்ட குழப்பம் பாரு... கொலைல முடிஞ்சுருச்சு!'

'இப்படி ஆகும்னு முன்னமேயே தெரிஞ்சிருந்தா செய்திருக்க மாட்டேன் வஸந்த் சார்.'

'இருக்கு உனக்கு.'

'வஸந்த், இவன்கூடப் போயி கதைகளுடைய கையெழுத்துப் பிரதியை வாங்கிட்டு வந்துரு.'

'காட்னான். இந்தாளு. அப்பவே வாங்கி வெச்சிருக்கணும் பாஸ்.'

கணேஷ் அபூர்வாவிடம், 'உங்க கையெழுத்து சாம்பிள் வேணும்' என்றான்.

அபூர்வா எந்தவிதத் தயக்கமும் காட்டாமல் 'தரேனே' என்றாள்.

போலீஸ்காரர்கள் கொஞ்சம் தாமதமாகத்தான் வந்தார்கள்

பாலாஜி, 'கணேஷ் என்ன சொல்றிங்க?'

'இந்தம்மா சொல்படிதான் அப்படியே நடந்திருக்கு. ஒரு எஃப்ஐஆர் பதிவு பண்ணிட்டிங்கல்ல?'

'ஆச்சு. எப்படியும் இவங்கதான் கொன்னதா ஒப்புக்கிட்டதாலே மாஜிஸ்ட்ரேட் கோர்ட்டுல ப்ரொட்யூஸ் பண்ணியாகணும். நீங்க ஸ்ட்ராங்கா வாதாடி பெய்ல் கேட்டுப் பாருங்க. எங்க பக்கத்தில் இவங்களை கஸ்ட்டியில வெச்சுத்தான் ஆகணும்; இல்லைன்னா தப்பிச்சு போய் விடுவாங்கன்னு எல்லாம் சொல்லப் போறதில்லை. உங்கமேல நம்பிக்கை இருக்குது. முதல் காரணமா என்ன தோணுது உங்களுக்கு?'

'பொம்பளை விவகாரங்க' என்றான் வஸந்த்.

'டாக்டரா?'

'ஆமாங்க. கில்லாடி!'

'இத்தனை அழகான பொண்டாட்டியை வெச்சுக்கிட்டு..'

'அதாங்க சோகம். சில பேருக்கு அழகுன்னா என்னன்னு ஐடியாவே கிடையாது. இருக்கறதை விட்டுட்டு பறக்கறதைப் பிடிப்பாங்க'

'வஸந்த், நீங்க என்ன சொல்றிங்க.'

‘நான் சொல்லலை. வாத்சாயனர் சொன்னாரு. அழகுங்கறது ஆழமான மனசு, ஆழமான கண்கள், ஆழமான தொப்புள்னாரு.’

‘தொப்புளா?’

‘ஆமா, அவருக்கு என்னவோ அதும்மேல ஒரு தனிப்பட்ட கவனம். பதினெட்டு சுலோகம் பாடிருக்காரு.’

‘பாலாஜி, இவன் ரீல் விடறான். இந்த கேஸ்ல இந்தம்மாவுக்கும், டாக்டருக்கும் மனஸ்தாபம் ஏற்பட்டிருக்கு. சொத்து இவங்க பேர்ல இருக்குது. அதனால சண்டை முத்திப் போயிருக்கலாம். போறாதுக்கு ஃபிலாண்டரிங் வேற.’

‘பத்திரிகைல கதையா எழுதிவச்சு இப்படிச் செய்வானோ... கிறுக்கனா?’

‘இவன் கொன்னிருந்தா அப்படித்தான் வாதாடிருப்போம். மூணு வருசத்தில் வெளிய வந்திருப்பான். இன்னொரு கதை எழுத...’

‘ஏதோ சினிமா பாத்திருக்காங்க. கொறக்களியா ஐடியா தோணிருக்கும். கணேஷ், வெளிப்படையாத் தெரியறதுதான் உள்ளுக்குள்ள இருக்கற உண்மையும்னு நீங்க நம்பறிங்களா?’

‘வஸந்த், அந்தக் கதையோட கையெழுத்துப் பிரதி கொண்டு வருவான். அதுதான் ஆதாரமான சாட்சியம். அதை அபூர்வா கையெழுத்தோட ஒப்பிட்டுப் பாத்துட்டு ஒற்றுமை இல்லைன்னா அபூர்வா சொல்றதை முழுசா நம்பலாம்.’

‘நீங்க ரொம்ப உஷாரான ஆளு. ராஜேந்திரன் சார் உங்களைப் பத்தி அடிக்கடி சொல்வாரு. ஜீப்பை எடுத்துட்டு போங்க வஸந்த்.’

‘அப்படி இருக்கறதாலதான் உங்க மாதிரி ஆபீசருங்க நம்பிக் கைக்கு பாத்திரமாக முடியறது’ என்றான் கணேஷ்.

9

போலீஸ் ஜீப்பில் ரமேஷுடன் சென்ற வஸந்த் அரைமணியில் திரும்ப வந்தான்.

'என்னடா, கிடைச்சுதா?'

'இல்லை பாஸ், ரூம் பூட்டியிருந்தது. ரூம் மேட் எடுத்துட்டுப் போயிருக்கான்னு சொன்னான். கான்ஸ்டபிளைக் கூட அனுப்பிச்சு ரூம்மேட்டை தேடிக் கண்டு பிடிச்சு அந்த கையெழுத்துப் பிரதியை எடுத்துக்கிட்டு வரச் சொல்லியிருக்கேன். இங்க உங்களுக்கு உதவி தேவைப்படும்னு வந்துட்டேன்.'

'ரூம் மேட் எங்கயாவது சாப்பிடக் கீப்பிடப் போயி ருப்பான். அப்படி வரலைன்னா பூட்டை உடைச்சுர வேண்டியதுதான். தேவையிருக்காதுன்னு நினைக் கிறேன்.'

'ரமேஷ் ஓடிர மாட்டானே?'

'மாட்டான். அவன் ஒரு தொடை நடுங்கி.' இன்ஸ் பெக்டர் பாலாஜி வெளியே வந்தார்.

'பாலாஜி சார், அபூர்வா குளிச்சுட்டுத் தயாராகி வர வரைக்கும் இருக்கிங்களா. நானும் வஸந்தும் போய் ஒரு காப்பி சாப்பிட்டுட்டு வரோம்' என்றான் கணேஷ்.

‘எனக்கும் வேலை இருக்குது. அவங்க தயாராவறதுக்கு ஒரு மணி நேரம் ஆகும்னாங்க. அதனால கான்ஸ்டபிளை வச்சுட்டுப் போறேன். நீங்க போய்ட்டு வாங்க. கேசை எப்படி வாதாடப் போறிங்க?’

‘தன்னைக் காப்பாத்திக்கச் செய்த செயல்னுதான். கொல்லணும்னு நோக்கம் இல்லை. இறந்தவனுக்குத்தான் அந்த நோக்கம்னு.’

‘அதான் சரி. மிஞ்சிப் போனா த்ரீ நாட் ஃபோர்ல ரெண்டு வருஷம் கெடைக்கும்.’

‘பெண் பிள்ளை ஜட்ஜா இருந்தா விடுதலைகூடக் கிடைக்கும்.’

அவர்கள் இருவரும் பார்க் ஷெராட்டனில் இருந்த காஃபி ஷாப்புக்குச் சென்றார்கள். காலை வேளையாதலால் கூட்டம் இல்லை. இரண்டு காப்பியும் சாண்ட்விச்சுகளும் கொண்டுவரச் சொல்லிவிட்டு உட்கார்ந்தார்கள்.

கண்ணாடிக்கு வெளியே நீச்சல் குளத்தில் வஸந்தின் கவனம் நிலைக்க, ‘வஸந்த் இந்த நாற்காலியில் உக்காரு’ என்று எதிர் இருக்கைக்கு மாற்றினான்.

‘ஏன் பாஸ்?’

‘நான் சொல்றதை கவனமாக் கேக்கணும். அங்க இங்க மனசை அலையவிடாதே. அபூர்வாவுடைய கேசை நாம எடுத்துக்கிட்டு வாதாடணுமா சொல்லு...’

‘ஏன் பாஸ், திடீர்னு இந்த அடிப்படை சந்தேகம்?’

‘டாக்டர் அபூர்வாவை கொலை செய்ய வந்தார்னு நீ உண்மையா நம்பறியா?’

‘ஆமாம் அப்படித்தானே கதை வசனம் போய்க்கிட்டிருக்கு?’

‘ஒரு மாறுபட்ட சினேரியோ தரேன் கவனி. இந்தக் கொலையைத் திட்டமிட்டு அபூர்வாவே செய்திருக்கலாம்னு எப்பவாவது தோணிச்சா உனக்கு?’

‘இல்லை பாஸ், தோணலை.’

‘முதல் அத்தியாயத்திலிருந்தே ரெண்டு சாத்தியமும் இருந்ததே? அபூர்வா நம்மை முதன் முதலாச் சந்திக்க வந்தபோது கவனிச்சியா?’

'அழகா இருந்தாங்க.'

'பேசிக் இன்ஸ்டிங்ட்னு ஒரு சினிமாவைப் பத்திச் சொன்னாங்க. அதில வர்றாப்பல ஒரு கதை மயாவில் யாரோ எழுதறதாச் சொன்னாங்க. எதுக்காக அதை அபூர்வா நம்மகிட்ட சொல்லணும்?'

'பயமா?'

'இல்லை. அப்படி கதையா எழுதிட்டு கொலை செய்து அகப்பட்டுக்கிட்டாலும், இன்சானிட்டி ப்ளீல வெளிய வந்துரலாம்ங்கறதையும் தெரிஞ்சுக்கிட்டிருக்கா. அது அந்தத் திரைப்படத்தில வருது. அதனால அவளுக்கு முதல்ல வக்கீல்களுடைய ஆதரவு தேவைப்படுது.'

'உண்மைதான் பாஸ்.'

'இதில் ரெண்டு பேர் மட்டும்தான் சஸ்பெக்ட். ரெண்டுபேர் மேல மட்டும்தான் சந்தேகம் இருக்க முடியும். டாக்டர் ராம்சந்தர், அவர் மனைவி அபூர்வா. புரியுதா?'

'புரியுது பாஸ்... அத்தனை அந்தரங்கமான சொந்த விஷயங்கள், மச்சம் கிச்சம் போன்ற விவரங்கள், அவங்க ரெண்டு பேருக்கு மட்டும்தான் தெரிஞ்சிருக்கணும்.'

'அதைவிட, வியாழக்கிழமை நிகழ்ந்ததுக்கப்புறம் உன்னைக் கொல்வது உறுதிப்பட்டுவிட்டதுன்னு இரண்டாவது அத்தியாயத்தில் எழுதியிருந்தது. வியாழக்கிழமை என்ன நிகழ்ந்ததுன்னு கேட்டப்ப, அந்த அனாமிகா மேட்டர் வெளிய வந்தது. டிரைவர் கூட டாக்டருக்கு இந்தச் சபலம் அதிகம்னு சொல்லிருக்கான்.'

'அதனால?'

'அதனால, அழகான மனைவியை ஒதுக்கிவிட்டு மற்றொரு பெண்ணை கணவன் நாடும்போது ஏற்படும் கோபத்தினால அபூர்வாவே இந்தக் கொலையைத் திட்டமிட்டுச் செய்திருக்கக் கூடும் அல்லவா?'

'பாஸ் நீங்க சொல்றது விளங்கறது. டாக்டருக்கு அவளைக் கொல்லக் காரணம் கம்மிங்கறிங்க.'

'அப்படியும் சொல்ல முடியாது. சொத்து அல்லது அனாமிகாவினால் ஏற்பட்ட கோபம்னு அவருக்கும் தகுந்த காரணம்

இருக்கிறது. யார் யாரைக் கொன்னாங்கறதுதான் தெளிவா இல்லை.'

'அபூர்வா டாக்டரைக் கொன்னிருக்காங்க.'

'திட்டமிட்டா? தற்காப்புக்காகவா?'

'அதுதான் தெரியலை'

'கதையை டாக்டர் எழுதியிருக்க முடியுமா?'

'ஏன் முடியாது? யார்கிட்டேயாவது சொல்லி எழுதியிருக்கலாம்.'

'அபூர்வா?'

'அவளும் எழுதியிருக்க முடியும்'

'பின்ன ரெண்டு பேர்ல யார் குற்றவாளி?'

'டாக்டர் வேணுமென்றே டிக்கெட்டை கேன்சல் பண்ணி திரும்பி வந்தாரா அல்லது அவருக்கு ஃபோன் செய்து பயமா யிருக்கிறது வா என்று இவள் அழைத்தாளா?'

'டிரைவரை இவங்களே போகச் சொல்லிருக்கலாம்னு தோணிச்சு. தங்கை கல்யாணம்னு சொன்ன காரணம் பொய்யா இருந்தது. அதுதான் என் சந்தேகத்தைத் தொடங்கியது.'

'மறதில சொல்லிருக்கலாம் அல்லது நான் வரப்போறேங்கறதால டிரைவரை அனுப்பிச்சிருக்கலாம் இல்லையா?'

'சிம்பிள் வஸந்த்... டாக்டர் கொல்ல வந்தாரா, வரவழைத்துக் கொல்லப்பட்டாரா? இவ்வளவுதான் மேட்டரே!'

'இது எப்படி தெரியும்?'

'கதையின் அத்தியாயத்தை எழுதின கையெழுத்தும் அபூர்வா வுடைய கையெழுத்தும் ஒத்துப்போச்சுன்னா தெரிஞ்சுரும், இல்லையா?'

'நிச்சயம்!'

'போலாம் வா, கதை முடியப் போவுது.'

இருவரும் மறுபடி அபூர்வாவின் வீட்டுக்குச் சென்றார்கள். அபூர்வா, 'நான் தயார் போலீஸ் ஸ்டேஷனுக்குப் போகலாமா?' என்றாள்.

கணேஷ் அவளை ஆழமாகப் பார்த்தான். அவள் கைகளைப் பார்த்தான். மெல்லிய இந்தக் கரங்களுக்கு அத்தனை பலம் வந்திருக்குமா!

எப்படியும் கையெழுத்தை ஒப்பிட்டால் தெரிந்துபோகிறது.

அவளே முன்வந்து கேட்டாள். 'கணேஷ் என் கையெழுத்து சாம்பிள் கேட்டீங்களே...'

'ஆமாம்' என்றான்.

'இங்கிலீஷா, தமிழா?'

'தமிழ்தான்.'

'சமீபத்தில் தமிழ்ல ஒண்ணும் எழுதலை. தேடிப் பாக்கறேன்.'

'வேண்டாம் ஒண்ணு செய்யலாமே? நான் டிக்டேட் பண்றேன் சொல்றதை அப்படியே எழுதிக்காட்டுங்க' என்றான்.

அவள், 'அதுகூடச் சரிதான்' என்றாள்.

கணேஷ், வஸந்தை அர்த்தத்துடன் பார்த்து புருவத்தை உயர்த்தினான்.

'ஒரு பேப்பர் பால்பாயிண்ட் பேனா எடுத்துக்கிட்டு வாங்க' என்றான்.

அவள் வெள்ளைத் தாள் எடுத்து வந்து ஒரு புத்தகத்தை அடியில் வைத்துக்கொண்டு, 'சொல்லுங்க' என்றாள் ஒரு பள்ளிப் பிள்ளையின் ஆர்வத்துடன்.

'எழுதுங்க.'

'ஐந்தாவது அத்தியாயம் என்னும் கதையை எழுதுவது நான்தான். நான்தான் முழுவதும் திட்டமிட்டு என் கணவரைக் கொல்வதற்காக இதை எழுதினேன். செய்தேன். என் கணவரை நான்தான் போன் செய்து வரவழைத்தேன். என்னை அவர் தாக்க வந்ததாகச் சொன்னது பொய். அவரைத்தான் நான் தாக்கினேன். அவர்

எனக்கு துரோகம் செய்த ஒரே காரணத்துக்காகக் கொல்லத் திட்டமிட்டேன். பத்திரிகையில் எழுதச் செய்ததும் நான்தான். என் கணவரின் அலுவலகத்திலிருந்து மேலுறையை எடுத்து வந்தேன். என்மேல் சந்தேகம் ஏற்படாதவாறு அனுப்பி வைத்தேன். என் இந்தக் கையெழுத்தையும் அத்தியாயத்தின் பிரதியின் கையெழுத்தையும் ஒப்பிட்டுப் பார்த்தாலே உங்களுக்கு உண்மை தெரிந்துவிடும். என்னை போலீஸ் கைது செய்தாலும் எனக்கு புத்தி சரியில்லை என்று வாதாடி, தண்டனை யின் கடுமையிலிருந்து என்னை கணேஷூம் வஸந்தும் காப்பாற்றி விடுவார்கள். அவர்கள் எனக்காக வாதாடி ஜெயிப்பார்கள் என்கிற நம்பிக்கையில்தான் நான் அவர்களிடம் வந்தேன்.'

கணேஷ், அதைச் சொல்லி முடித்ததும், 'எழுதியாச்சா' என்றான் வஸந்த்.

'வேற ஏதாவது இருக்கா?' என்றாள். 'க்கன்னா ச்சன்னா சரியாப் போட்டிருக்க மாட்டேன். மன்னிச்சுக்குங்க. தமிழில் எழுதி கொடுத்து நாளாச்சு.'

அவள் கொடுத்த அந்தக் காகிதங்களைச் சேகரித்துக்கொண் டார்கள். வாசலில் ஜீப் வந்து நிற்க, 'ரமேஷ் வந்துட்டான் பாஸ்' என்றான் வஸந்த்.

'என்னப்பா கையெழுத்துப் பிரதி கிடைச்சுதா?'

'கிடைச்சுதுங்க. நல்லவேளை... அது என் கையெழுத்தில்லை. கதையை நான் எழுதலைன்னு தெரிஞ்சுரும்' என்றான்.

'உன்னைப் பத்தி யார்ப்பா பேசினாங்க? குடு அதை.'

ரமேஷ் கொண்டுவந்த அத்தியாயத்தின் கையெழுத்தையும் அபூர்வாவின் கையெழுத்தையும் ஒப்பிட்டுப் பார்த்ததில்...

பொருந்தியதா... பொருந்தவில்லையா?

சொல்லத் தேவையில்லை!